സഫലമീ ചാർധാം യാത്ര

എസ്സ്. മോഹൻ

ഗ്രീൻ ബുക്സ്

green books private limited
gb building, civil lane road, ayyanthole,
thrissur- 680 003, kerala, ph: +91 487-2381066, 2381039
website: www.greenbooksindia.com
e-mail: info@greenbooksindia.com

branches:
thrissur 0487-2422515
thiruvananthapuram 0471-2335301
calicut 0495 4854662

malayalam
saphalamee chardhaam yathra
travelogue
by
s. mohan

published october 2023

cover design : rajesh krishnan g

printed in india
geethanjali offset prints, kozhikode

isbn : 978-81-19486-76-2

₹ 190.00
GBPL/1329/2023

ഉള്ളടക്കം

സഫലമീയാത്ര

പലപ്പോഴും വായിച്ച പല പുസ്തകങ്ങളിൽനിന്നും പ്രത്യേകിച്ച് മഹാഭാരതം, രാമായണം തുടങ്ങിയ ഇതിഹാസങ്ങളിൽനിന്നും അതിലുപരി എന്റെ വായുസേനാജീവിതകാലഘട്ടത്തിലുൾപ്പെടെ നടത്തിയ യാത്രകളിൽനിന്നും പിന്നെ, വായ്മൊഴിയായി കേട്ട പല ജ്ഞാനികളിൽനിന്നുമുള്ള അറിവുകളിൽ നിന്നെല്ലാം മനസ്സിൽ ഉദിച്ച ഒരു മോഹമായിരുന്നു ചാർധാം യാത്ര. ഹരിദ്വാറിലും ഋഷികേശിലും രണ്ട് പ്രാവശ്യം പോയപ്പോഴും ആ യാത്രകൾ ചാർധാം യാത്രയാക്കി ഒന്ന് നീട്ടിയാലോ എന്നും ആലോചിച്ചിരുന്നു. പക്ഷേ ജീവിതഗന്ധിയായ ഓരോ പ്രശ്നങ്ങൾ ഒന്നിനു പുറകെ ഒന്നായി തിരമാല പോലെ വന്നുകൊണ്ടിരുന്ന ഘട്ടത്തിൽ ആഗ്രഹങ്ങൾക്ക് വിലങ്ങിടുക എന്ന ഒറ്റമൂലിയിൽ എല്ലാം അവസാനിപ്പിച്ചു. ഇപ്പോൾ ജീവിതലക്ഷ്യങ്ങളും കടപ്പാടുകളും ഒരു പരിധിവരെ സാക്ഷാൽക്കരിച്ചപ്പോൾ പ്രായം അറുപത് കഴിഞ്ഞു. ഇനിയില്ലെങ്കിൽ ഒരിക്കലുമില്ല എന്ന തോന്നൽതന്നെയാണ് വാസ്തവത്തിൽ ചാർധാം യാത്ര സാധ്യമാക്കിയത്. അങ്ങനെയാണ് പതിനൊന്ന് ദിവസം നീണ്ടുനിന്ന ഈ യാത്ര പൂർത്തിയാക്കാനായത്.

യാത്ര തീർച്ചപ്പെടുത്തിയപ്പോൾ യാത്ര പോകുന്ന സ്ഥലങ്ങളെക്കുറിച്ച് അറിവ് സമ്പാദിക്കലായി അടുത്ത ശ്രമം. മുൻപ് പോയവരുടെ വിവരണങ്ങൾ ശ്രദ്ധിക്കാൻ താൽപ്പര്യം കാട്ടിയതിനൊപ്പംതന്നെ ലഭ്യമായ പുസ്തകങ്ങൾ തിരഞ്ഞെടുത്ത് വായിക്കാനും സമയം കണ്ടെത്തി. യൂണിവേഴ്സിറ്റി ലൈബ്രറിയിലും പബ്ലിക് ലൈബ്രറിയിലും എനിക്കുണ്ടായിരുന്ന അംഗത്വം ഏറെ പ്രയോജനപ്പെട്ടു. മാത്രമല്ല, മലയാളഭാഷയിൽ തരക്കേടില്ലാത്ത

ഹിമാലയൻ യാത്രാവിവരണപുസ്തകങ്ങൾ ഉണ്ട് എന്ന കാര്യവും മനസ്സിലാക്കി. വ്യക്തമായ വിവരണങ്ങൾ നൽകുന്ന വിജ്ഞാനപ്രദമായ ഒട്ടനവധി പുസ്തകങ്ങളുണ്ട്. തപോവനം സ്വാമികളുടെ 'ഹിമഗിരി വിഹാരം' എന്ന പുസ്തകമാണ് മലയാളത്തിലെ ആദ്യത്തെ ഹിമാലയൻ യാത്രാവിവരണപുസ്തകം എന്നു തോന്നുന്നു. പിന്നെ എസ്. കെ പൊറ്റെക്കാട്ടിന്റെ സഞ്ചാരസാഹിത്യം മൂന്നാം ഭാഗം, കെ. മാധവൻനാരുടെ 'ഒരു ഹിമാലയൻയാത്ര' തുടങ്ങിയവയാണ് ആദ്യകാലപുസ്തകങ്ങളായി ഞാൻ കണ്ടെടുത്തവ. കൂടാതെ ഒട്ടനവധി പുതിയ ഹിമാലയൻ യാത്രാപുസ്തകങ്ങൾ മലയാളത്തിലുള്ളതും കണ്ടെത്തി. ഇതിലുപരി ഇംഗ്ലീഷ് ഭാഷയിലുള്ള അനേകം പുസ്തകങ്ങളും സഹായകമായി.

നമ്മൾ കേട്ടറിഞ്ഞ പല ഐതിഹ്യകഥകളുടെയും സംഭവഭൂമികയും സ്ഥലരാശികളും വസ്തുതകളുമെല്ലാം പല പുസ്തകങ്ങളിലും വ്യത്യസ്തമായിട്ടാണ് കാണുക. ഉദാഹരണമായി ഗണേശന്റെ ജനനം ചില പുസ്തകങ്ങളിൽ ഗൗരികുണ്ഠിനടുത്തുള്ള ഒരു തടാകത്തിനടുത്താണെന്നാണ് പറയുന്നത്. എന്നാൽ, മറ്റുചില പുസ്തകങ്ങളിൽനിന്ന് കിട്ടിയ അറിവ് ഗണേശന്റെ ജനനം ഉത്തരകാശിക്കടുത്തുള്ള ഡോഡി തടാകത്തിനടുത്താണെന്നാണ്. ഇതൊരു ഉദാഹരണംമാത്രം. ഇതുപോലെ നിരവധി കഥകളുടെ സംഭവസ്ഥലം, വായിച്ച ഓരോ പുസ്തകത്തിലും വ്യത്യസ്തമായി കണ്ടിരുന്നു.

പാർവ്വതി പരമശിവനെ തപസ്സ് ചെയ്ത ഭൂമിക ഗൗരികുണ്ഡ് ആണെന്ന് ഒരു പുസ്തകത്തിൽ വായിച്ചു. ആ സ്ഥലം ഗോമുഖ് ആണെന്നാണ് വേറൊരു പുസ്തകത്തിൽ കണ്ടത്. ഇങ്ങനെ വ്യത്യസ്തമായ ഒരുപാട് ഐതിഹ്യകഥകളുണ്ട്. അവയുടെ സംഭവ സ്ഥലരാശികളിലും വ്യത്യസ്തത കാണുന്നുണ്ട്. എനിക്ക് സാധ്യമായ രീതിയിലുള്ള തെരച്ചിലുകൾ നടത്തിയശേഷം സത്യമെന്ന് ബോദ്ധ്യപ്പെട്ട അറിവുകളാണ് ഈ യാത്രാവിവരണത്തിൽ പകർത്തിയിരിക്കുന്നത്. ആറായിരം വർഷങ്ങൾക്കു മുൻപ് നടന്നുവെന്ന് കരുതപ്പെടുന്ന കഥകളുടെ പൊരുൾ തേടിയുള്ള യാത്രയിൽ ചില അടയാളങ്ങൾ മാത്രമാണ് നമ്മെ ആ കഥകളുമായി ബന്ധിപ്പിക്കുന്നത്.

അതുകൊണ്ടുതന്നെ, അവയിലേക്ക് ആഴത്തിൽ ഇറങ്ങിച്ചെല്ലാനായില്ല. എന്നാലും കുഞ്ഞുന്നാളിൽ അമ്മൂമ്മ പറഞ്ഞുതന്ന ഇതിഹാസകഥകളിലെ കഥാപാത്രങ്ങളും ഭൂമികയുമെല്ലാം സത്യത്തിന്റെ പ്രകാശം പരത്തുന്നവയാണെന്ന് തോന്നി. നൂറ്റാണ്ടുകൾ പഴക്കമുള്ള പൈതൃകങ്ങൾ ശരിയാണെന്ന് അടയാളസഹിതം പല ചരിത്രസത്യങ്ങളും ഓർമ്മപ്പെടുത്തുന്നുണ്ടായിരുന്നു. യാത്രയിലുടനീളം ഭാരതത്തിന്റെ സമാനതകളില്ലാത്ത സംസ്കാരവും പൈതൃകവും കാണാനാകും എന്നത് ഓരോ ഭാരതീയനെയും അഭിമാനം കൊള്ളിക്കുന്ന വസ്തുതയാണ്.

ഭാരതജനതയുടെ വിശ്വാസപ്പെരുമയും പുണ്യം നേടാനുള്ള അതിയായ അഭിനിവേശവും ഈശ്വരൻ കൽപ്പിച്ചരുളിയ ജീവിതകാലഘട്ടം തീരുംമുമ്പേ മുക്തി നേടി, സ്വർഗമെന്ന സമസ്യയിലെത്തിച്ചേരാനും അടുത്ത ജന്മം സുഖപ്രദമാക്കാനുമുള്ള മനുഷ്യന്റെ അന്ധമായ ആവേശത്തെക്കുറിച്ച് ഞാൻ ചില പുസ്തകങ്ങളിൽ വായിച്ചിരുന്നു. അതിൽ ശ്രദ്ധേയമെന്നു തോന്നിയ രണ്ട് കാര്യങ്ങൾ കുറിക്കട്ടെ. എസ്.കെ പൊറ്റെക്കാട്ടിന്റെ സഞ്ചാരസാഹിത്യം മൂന്നാംഭാഗത്തിൽ കേദാർനാഥിനെക്കുറിച്ച് പറയുന്നുണ്ട്; മഹാപഥത്തിന്റെ കാര്യം സൂചിപ്പിക്കുന്നുണ്ട്. ഉടലോടെ സ്വർഗ്ഗത്തിൽ പോകാനുള്ള ഒരു മാർഗ്ഗമാണ് മഹാപഥം. ആദിശങ്കരനുൾപ്പെടെയുള്ള മഹാമുനിമാർ മഹാപഥത്തിലൂടെ പോയിട്ടുണ്ട് എന്ന് സൂചനയുണ്ട്. പാണ്ഡവരും ഇതുവഴിയാണ് സ്വർഗത്തിൽ പോയതെന്ന് കരുതുന്നു.

'മുമുക്ഷുക്കൾക്ക് ഉടലോടെ പരലോകം പ്രാപിക്കാനുള്ള മാർഗമാണ് മഹാപഥം. അതികഠിനമായ വ്രതകർമ്മാനുഷ്ഠാനങ്ങൾക്ക് ശേഷം ഭക്തന്മാർ ഇവിടെയെത്തുന്നു. മഹാപഥത്തിന്റെ മുന്നിൽ രണ്ട് അഭൗമസത്വങ്ങൾ കാവൽ നിൽക്കുന്നുണ്ടാകും. ആഗതനായ ഭക്തൻ അപ്പുറത്തേക്ക് സ്വീകാര്യനാണെങ്കിൽ, ആ കാവൽസത്വങ്ങൾ അയാളെ ഒരു ഗൂഢസ്ഥലത്തേക്ക് കൂട്ടിക്കൊണ്ടുപോയി അപ്പുറത്തെ രഹസ്യങ്ങളൊന്നും പുറത്ത് പറയുകയില്ലെന്ന് സത്യപ്രതിജ്ഞ ചെയ്യിപ്പിക്കും. പിന്നെ സംഭവിക്കുന്നത് ഇവിടെ ആർക്കും അറിഞ്ഞുകൂടാ. എന്തെന്നാൽ അങ്ങോട്ട് കടന്നുപോയവരാരും മടങ്ങിയെത്തിയിട്ടില്ല.' ഈ വിവരണങ്ങൾ എസ്.കെ പൊറ്റെക്കാട്ടിന്റേതാണ്.

ഷൗക്കത്ത് എന്ന ഒരു എഴുത്തുകാരന്റെ 'ഹിമാലയം' എന്ന പുസ്തകത്തിൽ മുക്തി പ്രാപിക്കാൻ മറ്റൊരു രീതി കാണുന്നുണ്ട്.

'പത്തൊമ്പതാം നൂറ്റാണ്ടിന്റെ ആദ്യകാലംവരെ ഭക്തർ ഭൈരവ്ഝാമ്പ് എന്നറിയപ്പെടുന്ന പാറയുടെ മുകളിൽ നിന്ന് കൊക്കയിലേക്കു ചാടി ശരീരം വെടിഞ്ഞിരുന്നത്രെ. അടുത്ത ജന്മത്തിലെങ്കിലും പ്രിയമായത് ലഭിക്കുമെന്ന വിശ്വാസമാണ് അവരെ അതിന് പ്രേരിപ്പിച്ചിരുന്നത്. വർഷത്തിൽ 25 പേരെങ്കിലും അങ്ങനെ മോക്ഷകാമികളായി ആത്മഹത്യ ചെയ്യുമായിരുന്നത്രെ. ശിവന്റെ ആൽത്തറയിൽ അവർ സ്വയം അർപ്പിക്കുന്നതിനു മുൻപ് സ്വന്തം പേര് ഏതെങ്കിലും ക്ഷേത്രച്ചുമരിൽ എഴുതാറുണ്ടായിരുന്നു. ഗോപേശ്വർ ക്ഷേത്രത്തിലെ ചുമർ ആലേഖന പ്രകാരം ഏറ്റവും അവസാനത്തെ ശ്രമം 1820ൽ ആയിരുന്നു. 1823ൽ ഈ പരിപാടി നിയമംമൂലം നിരോധിക്കുകയുണ്ടായെന്നു പറയുന്നു'. കേദാർനാഥിനടുത്താണ് ഭൈരവ്ഝാമ്പ് എന്നാണ് ഞാൻ മനസ്സിലാക്കുന്നത്. മേൽ വിവരിച്ച രണ്ട് മോക്ഷപ്രാപ്തി രീതികളും ഇവിടെ കുറിക്കാൻ കാരണം ഭാരതീയസംസ്കാരത്തിൽ മരണാനന്തരം നിത്യസൗഭാഗ്യം കാമിക്കുന്ന രീതികളും അതിലേക്കായി നിശ്ചയിച്ചുകിട്ടിയ ജീവിതദൈർഘ്യംപോലും വെട്ടിക്കുറച്ച് കേട്ടറിവുള്ള പരമമായ സൗഭാഗ്യസ്ഥാനമായ സ്വർഗത്തിലെത്താനുള്ള ആഗ്രഹം മനുഷ്യനിൽ നിലനിന്നിരുന്നുവെന്നതും ഓർമ്മപ്പെടുത്താനാണ്.

ഹിമാലയം എപ്പോഴും വിസ്മയക്കാഴ്ചകൾ സമ്മാനിക്കുന്ന പർവ്വതനിരയാണ്. ഒരു സന്ന്യാസിയോട് ഹിമാലയം കാണാൻ എത്ര ദിവസം വേണമെന്ന ചോദ്യത്തിന് 'മൂന്ന് ജന്മമെടുത്താലും മൂന്നിലൊന്ന് കണ്ടാലായി' എന്ന് അദ്ദേഹം ഉത്തരം നൽകിയതായി വായിച്ചിട്ടുണ്ട്.

അത്രയും ബൃഹത്താണ് ഹിമാലയവും അതിനെ സംബന്ധിക്കുന്ന ഐതിഹ്യങ്ങളും. വർഷങ്ങളോളം ഹിമാലയത്തിൽ പര്യടനം നടത്തിയവർപോലും എല്ലാം കണ്ടിട്ടില്ല. അങ്ങനെയുള്ള ഒരു യാത്രയെയാണ് ഹ്രസ്വവൽക്കരിച്ച്, പതിനൊന്ന് ദിവസംകൊണ്ട് പൂർത്തിയാക്കിയത്. ഹിമാലയത്തിലെ പല കാഴ്ചകളും കാണുന്ന മാത്രയിൽ ഒരുപോലെയായിരിക്കുന്നല്ലോ. എളുപ്പം കണ്ടു

തീർക്കാമല്ലോ എന്ന് തോന്നും. പക്ഷേ അടുത്ത നിമിഷം നമ്മുടെ മനസ്സ് പറയും, അല്ല മാറ്റമുണ്ട്, അവിടമല്ല ഇവിടം എന്ന്. ഇവിടെ അതുണ്ട്, അവിടെ അതില്ല എന്ന വിസ്മയ ത്തിലേക്ക് മനസ്സ് എത്തിച്ചേരും.

ഈ യാത്രയിൽ ആദിശങ്കരന്റെ സാന്നിദ്ധ്യം നിറഞ്ഞു നിന്നിരുന്നു. കേദാർനാഥിലെത്തിയപ്പോൾ ശങ്കരാചാ ര്യരെ മനസ്സുകൊണ്ട് ഒരായിരം തവണ പ്രണമിച്ചു. ഈ ആധുനിക കാലഘട്ടത്തിൽ പോലും പത്തൊമ്പത് കിലോ മീറ്ററോളം കാൽനടയായി മലകയറിയാലേ കേദാർനാഥിൽ ദർശനസായൂജ്യം കിട്ടുകയുള്ളൂ. അപ്പോൾ 1200 വർഷ ങ്ങൾക്കു മുമ്പ് ശങ്കരാചാര്യർ എത്ര കഠിനമായ യാത്ര യിലൂടെയായിരിക്കണം ഈ പ്രദേശങ്ങളിൽ സ്വന്തം പാദ മുദ്ര പതിച്ചത്. ബദരിയിലും അദ്ദേഹത്തിന്റെ പുണ്യ പ്രവൃത്തികൾ കാണാനായി. ജോഷിമഠിൽ അദ്ദേഹം ധ്യാനമിരുന്ന കൽപ്പവൃക്ഷച്ചുവട്ടിൽനിന്ന നിമിഷത്തിൽ അനുഭവിച്ച ധന്യത പറഞ്ഞറിയിക്കാനാവില്ല. പലവട്ടം മനസ്സുകൊണ്ട് ആ മഹായോഗിയെ നമിച്ചു.

മഹാഭാരതവും അതിലെ കഥകൾ അടിസ്ഥാനമാക്കി പ്രസിദ്ധീകരിച്ചിട്ടുള്ള ഒട്ടുമിക്ക മലയാളം പുസ്തകങ്ങളും ഞാൻ വായിച്ചിട്ടുണ്ട്. അതുകൊണ്ടുതന്നെ വ്യാസമഹർഷി യോടും മഹാഭാരതത്തോടും എനിക്ക് എന്നും ഏറെ ബഹുമാനവും ആദരവുമുണ്ട്. അത്രയേറെ ഇഷ്ടപ്പെടുന്ന, മഹാഭാരതത്തിന്റെ നാൾവഴികൾ കടന്നുപോയ, ഭൂപ്രദേശ ങ്ങളിൽ കൂടിയാണ് ചാർധാം യാത്ര എന്നത് എനിക്ക് സന്തോഷം പകരുന്നതായിരുന്നു. ഞാൻ വ്യാസഗുഹ യിൽ ചെലവിട്ട ആ നിമിഷങ്ങൾ എന്റെ ജീവിതത്തിലെ അവസാനശ്വാസം വരെ എന്നിൽ സുഖമുള്ള ഓർമ്മയായി തങ്ങിനിൽക്കും. ഭക്തിയുടെയും ഈശ്വരചൈതന്യത്തി ന്റെയും വിവിധ മുഖങ്ങളാണ് ഈ യാത്രയിൽ ദർശന വിധേയമായത്.

സമ്പത്തും സമയവുമുണ്ടെങ്കിലും ഈ യാത്ര സാധ്യ മാകും എന്ന ചിന്തയുണ്ടെങ്കിലും അത് മാറ്റിവയ്ക്കുന്ന താണ് നല്ലത്. കാരണം ഈ യാത്ര പൂർത്തിയാക്കണ മെങ്കിൽ ജഗദീശ്വരൻ നിശ്ചയിക്കണം. അദ്ദേഹം നമ്മളെ കാണാൻ തയ്യാറായാൽ മറ്റെല്ലാംതന്നെ നമ്മളിൽ എത്തി ച്ചേരും. ചുരുക്കിപ്പറഞ്ഞാൽ സമയമാകുമ്പോൾ മാത്രമേ സാധ്യമാകൂ.

കുഞ്ഞുന്നാളിൽ അമ്മൂമ്മ പറഞ്ഞുതന്ന കഥകളിലെ കഥാപാത്രങ്ങൾ, സത്യമായും ഞങ്ങൾ ജീവിച്ചിരുന്നവരായിരുന്നു എന്ന് പല സ്ഥലത്തുനിന്നും വിളിച്ചുപറയുന്നതായി ഈ യാത്രയിൽ എനിക്ക് തോന്നിയിട്ടുണ്ട്. ഏകദേശം ആറായിരം വർഷങ്ങൾക്ക് മുമ്പേയുണ്ടായിരുന്ന ഭാരതപൈതൃകവും സംസ്കാരവും അടയാളസഹിതം നമ്മെനോക്കി പലതും ഓർമ്മപ്പെടുത്തുന്നുണ്ടായിരുന്നു. ഈ കൊടുംശൈത്യത്തിലും പല സ്ഥലങ്ങളിലും യുഗങ്ങളായി ഒഴുകുന്ന ചൂട് നീരുറവകൾ എന്താണ് നമ്മെ മനസ്സിലാക്കിത്തരുന്നത്. ശാസ്ത്രത്തിന്റെ തോൽവിയോ അതോ ദൈവികശക്തിയോ? ഉത്തരം ഇന്നും അറിയില്ല. ഹിന്ദുസംസ്കാരത്തിലും ജീവിതചര്യയിലും ഗംഗയെ മാറ്റി നിർത്താനാകില്ല. ഹിമാലയം എന്ന വിസ്മയം, യമുനയുടെ പവിത്രത, കേദാർനാഥ്, ബദരിനാഥ് എന്നിവിടങ്ങളിലെ ദൈവികതയും ഭക്തിയും ഭാരതമെന്ന പുണ്യഭൂമിയിലല്ലാതെ ലോകത്ത് മറ്റെവിടെ കാണാനാകും?

ഒരുകാലത്ത് ലോകം ഇരുട്ടിൽ മുഴുകിയിരുന്നപ്പോൾ ഭാരതീയരായിരുന്നു ലോകത്തിന് വെളിച്ചം പകർന്നതെന്ന് പറയുന്നത് വെറുതെയല്ല എന്നും ഈ യാത്രയിൽ എനിക്ക് മനസ്സിലായി. സമാനതകളില്ലാത്ത നമ്മുടെ സംസ്കാരവും പൈതൃകവും കാത്തുസൂക്ഷിക്കാൻ ഓരോ ഭാരതീയനും ബാദ്ധ്യസ്ഥനാണ്. ഈ പുണ്യഭൂമിയിൽ ജനിക്കാനായതിന് സർവേശ്വരനോട് നന്ദി അറിയിക്കുന്നു. അതോടൊപ്പം ഇനിയൊരു ജന്മമുണ്ടെങ്കിൽ അത് ഈ പുണ്യഭൂമിയിൽത്തന്നെയാകട്ടെ എന്ന പ്രാർത്ഥനയും ഞാൻ കുറിക്കട്ടെ.

ഈ യാത്ര ധന്യമാക്കിയതിന് ഒട്ടനവധി പേരോട് നന്ദി അറിയിക്കാനുണ്ട്. ഞാനേറെ ബഹുമാനിക്കുന്ന എന്റെ ഭാര്യയുടെ ജ്യേഷ്ഠനും 'ഉദയസമുദ്ര ഗ്രൂപ്പി'ന്റെ എം.ഡിയുമായ രാജശേഖരൻനായർ, അദ്ദേഹത്തിന്റെ ധർമ്മപത്നി ഉദയചന്ദ്രികനായർ, യാത്രയിൽ വിവരങ്ങൾ കുറിച്ചുവയ്ക്കാനും പിന്നീട് അത് പുസ്തകമാക്കണമെന്നും കൂടാതെ ഓരോ സ്ഥലത്തു ചെല്ലുമ്പോഴും അവിടെ കണ്ട കാഴ്ചകൾ FB ലൈവ് ചെയ്യണമെന്നും ഉപദേശിച്ചത് ഇവരാണ്. അവരോടുള്ള നന്ദിയും കടപ്പാടും ഞാനിവിടെ കുറിക്കാൻ മറക്കുന്നില്ല.

ചെങ്ങന്നൂരുള്ള ചാർട്ടേഡ് അക്കൗണ്ടന്റ് രാജശേഖരൻജി എന്റെ ട്രാവൽ ഏജന്റ് കുമാരി നൂപുർ, ചെങ്കൽ സാബു, പതിനൊന്ന് ദിവസം ഞങ്ങൾ സഞ്ചരിച്ച വാഹനത്തിന്റെ തേരാളി രാഹുൽ അങ്ങനെ ഒട്ടനവധി പേരോട് ഞാൻ കടപ്പെട്ടിരിക്കുന്നു. ഈ യാത്ര കഴിയുന്നതുവരെ പുസ്തകരചനയെക്കുറിച്ച് കാര്യമായി ആലോചിച്ചിരുന്നില്ല. എന്റെ എഫ്.ബി പോസ്റ്റിന് കിട്ടിയ പ്രതികരണങ്ങളും സുഹൃത്തുക്കളുടെ ഉപദേശവുമൊക്കെയാണ് എന്നെ പുസ്തകരചനയ്ക്ക് പ്രേരിപ്പിച്ചത്. ഒട്ടനവധി പുസ്തകങ്ങൾ വായിച്ചറിഞ്ഞു. എല്ലാം ഉപകാരപ്രദമായിരുന്നു.

എന്റെ എല്ലാ പുസ്തകരചനയിലും എന്നെ സഹായിച്ച എന്റെ ഗുരുനാഥൻ മധുസാർ വാർദ്ധക്യസഹജമായ ശാരീരികപരിമിതികൾ ഉണ്ടായിട്ടും ഈ രചനയിൽ പലകുറി തിരുത്തലും മാറ്റി എഴുതലുമായി തുടക്കം മുതൽ എന്നോടൊപ്പമുണ്ടായിരുന്നു. സ്നേഹനിധിയായ ഗുരുനാഥനോടുള്ള നന്ദി അറിയിക്കട്ടെ. ഒപ്പം പലകുറി വെട്ടിയും തിരുത്തിയും വികൃതമാക്കിയ പേപ്പറിലെ അക്ഷരങ്ങൾ യഥാവിധി കൂട്ടിച്ചേർത്ത് ഡി.റ്റി.പി എടുത്തു തന്ന കാലടി നന്ദന കമ്മ്യൂണിക്കേഷനിലെ വീണ എന്ന കുട്ടിയോടും നന്ദിയും കടപ്പാടും രേഖപ്പെടുത്തട്ടെ. എന്റെ മുൻകാല പുസ്തകങ്ങളിലെ കവർ ഡിസൈൻ ചെയ്ത സായികൃഷ്ണ സ്കൂളിലെ അദ്ധ്യാപകൻ രാജേഷാണ് ഈ യാത്രാവിവരണത്തിന്റെയും കവർ ഡിസൈൻ ചെയ്തത്. അദ്ദേഹത്തിനും നന്ദി.

നല്ലൊരു ട്രാവൽ ഏജന്റിനെ തെരഞ്ഞെടുത്തു തന്ന എന്റെ ഭാര്യാസഹോദരി ജയന്തിക്കും നന്ദി.

ഈ പുസ്തകത്തിന് ഒരു അവതാരിക എഴുതാൻ കാണിച്ച സന്മനസ്സിന്, കേരള യൂണിവേഴ്സിറ്റി പെർഫോമിംഗ് ആർട്സ് വിഭാഗം മുൻ മേധാവി ഡോ. രാജാ വാര്യരോട് പ്രത്യേകം നന്ദി അറിയിക്കുന്നു. ഈ പുസ്തകത്തിന്റെ പ്രൂഫ് റീഡിംഗ് ഭംഗിയായി നടത്തിത്തന്ന ശ്രീ. ശരത്ചന്ദ്രലാലിനോടും അവസാന മിനുക്കുപണികൾ ചെയ്ത് ബുക്ക് ഡിസൈൻ ചെയ്തുതന്ന ബിയോണ്ട് പബ്ലിഷേഴ്സിലെ ശ്രീ. ശ്രീകുമാറിനോടും നന്ദി അറിയിക്കുന്നു. അവസാനമായിട്ടല്ലെങ്കിലും ഈ പുസ്തകം

പബ്ലിഷ് ചെയ്യാൻ തയ്യാറായ ഗ്രീൻ ബുക്സ് പബ്ലിഷേഴ്സിനും നന്ദി.

നമ്മുടെ സാമ്പത്തികസ്ഥിതിക്കനുസരിച്ച് ഈ യാത്ര സാധ്യമാക്കാൻ സാധിക്കും. തിരുവനന്തപുരം കൊച്ചുവേളിയിൽനിന്നും പ്രതിവാര ഡെറാഡൂൺ ട്രെയിൻ സൗകര്യമുണ്ട്. ഋഷികേശിൽനിന്നും ഹരിദ്വാറിൽനിന്നും നിരവധി സർക്കാർസ്വകാര്യവാഹനങ്ങൾ കുറഞ്ഞ നിരക്കിൽ ചാർധാം യാത്ര തരപ്പെടുത്തുന്നുണ്ട്. താമസ സൗകര്യത്തിന് കുറഞ്ഞ നിരക്കിൽ വൃത്തിയും വെടിപ്പുമുള്ള ഹോം സ്റ്റേ ഉൾപ്പെടെ നിരവധി സൗകര്യങ്ങളുണ്ട്. അതുകൊണ്ട് താൽപ്പര്യമുള്ളവർക്ക് തീർച്ചയായും നമ്മുടെ ബഡ്ജറ്റിന് അനുസരിച്ച് യാത്ര തരപ്പെടുത്താം.

ഭക്തി, നമ്മളിൽ പലരും പലരീതിയിലാണ് കാണുന്നതും ശീലിച്ചിട്ടുള്ളതും. അധികംപേരും തികച്ചും സങ്കുചിതമനോഭാവത്തോടെയാണ് ഭക്തിയെക്കാണുന്നത്. ഒരുതരം കൊടുക്കൽവാങ്ങൽ സമ്പ്രദായം. എനിക്ക് ഇത് നടന്നാൽ പകരം ഞാൻ വഴിപാടു കഴിപ്പിക്കാം, പൂജ ചെയ്യാം എന്ന മട്ടിലാണ് നമ്മളിൽ ഒട്ടുമുക്കാലും ആൾക്കാരുടെ ഭക്തിയോടുള്ള സമീപനം. ഭക്തിയോടെ മാത്രമേ നമ്മൾ ഈശ്വരസേവ നടത്താറുള്ളൂ.

ഭക്തിയെക്കുറിച്ച് മാധവിക്കുട്ടി പറയുന്നത് 'പുറത്തിറങ്ങുമ്പോൾ ഒരു കുട കക്ഷത്തുവയ്ക്കുന്നപോലെയാണ് ചിലർ ഭക്തിയെ കൊണ്ടുനടക്കുന്നത്' എന്നാണ്. ഇതിൽനിന്നെല്ലാം വ്യത്യസ്തമായ ഒരു ഭക്തിസമ്പ്രദായമാണ് ഞാൻ ബദരിയിലെ റാവൽജിയിൽ കണ്ടത്. സ്വന്തം ജീവിതംതന്നെ ഭഗവൽപാദങ്ങളിൽ അർപ്പിച്ചുകൊണ്ടുള്ള ഈശ്വരസേവനം. ബ്രഹ്മചര്യ സ്വീകരിച്ചുകൊണ്ടുള്ള തപസ്യയാണ് റാവൽജിയുടെ ബദരിയിലെ ദിനങ്ങൾ. ആറുമാസം താമസസ്ഥലവും ശ്രീകോവിലും മാത്രമാണ് വിഹാരസ്ഥലങ്ങൾ. അളകനന്ദ കടന്ന് ഇപ്പുറം വരാറില്ല. രാവിലെ മൂന്നുമണിതൊട്ട് ആരംഭിക്കുന്ന ദിനചര്യ, പൂജാരീതികൾക്ക് അനുസരിച്ചുള്ള ദേഹശുദ്ധിക്കായി തപ്തകുണ്ഡിലെ സ്നാനംചെയ്യൽ. അദ്ദേഹവുമായി സംസാരിച്ചപ്പോൾ, തപ്തകുണ്ഡിലെ കുളിയെക്കുറിച്ച് പറഞ്ഞപ്പോൾ, ഗൗരവമായ ഒരു കാര്യം സൂചിപ്പിച്ചത് ഞാനിവിടെ

കുറിക്കട്ടെ. 'തപ്തകുണ്ഡ് നിറഞ്ഞാൽ ചൂടുവെള്ളം വരുന്ന ഓവ് തുണികൊണ്ട് അടച്ചുവയ്ക്കുന്നതാണ് രീതി. കൂടിയാൽ ഒരാഴ്ച മാത്രമേ ആ തുണി അങ്ങനെ അടച്ചു വയ്ക്കാൻ സാധിക്കുകയുള്ളൂ. കാരണം ഒരാഴ്ചകൊണ്ട് തുണി പൊടിഞ്ഞുപോകും.' ഈ വസ്തുത അദ്ദേഹം പറഞ്ഞത് തപ്തകുണ്ഡിൽ വരുന്ന ജലത്തിന്റെ സവിശേഷത അറിയിക്കാനാണ്. ഇതേ ചൂടു വെള്ളമാണ് റാവൽജി ദിവസം നാലും അഞ്ചും പ്രാവശ്യം കുളിക്കാൻ ഉപയോഗിക്കുന്നത് എന്ന് നമ്മൾ മനസ്സിലാക്കണം.

പിന്നെ, കാലാവസ്ഥയാണെങ്കിൽ അതിഘോരമായ ശൈത്യം. റാവൽജിക്കു മാത്രമേ ഭഗവാന്റെ വിഗ്രഹത്തിൽ തൊട്ട് പൂജ ചെയ്യാൻ പാടുള്ളൂ. മറ്റ് സഹായത്തിന് വരുന്ന പൂജാരിമാരാരും അധികം ദിവസം തങ്ങാറില്ല. ചുരുക്കിപ്പറഞ്ഞാൽ തികച്ചും പ്രയാസകരമായ ജീവിതരീതികളിലൂടെ കടന്നുപോകുന്ന ദിനചര്യ. ഭാരതത്തിന്റെ പരദേവതയുടെ ശാന്തിക്കാരൻ സ്വജീവിതമാണ് ഭഗവാന്റെ തൃപ്പാദങ്ങളിൽ അർപ്പിക്കുന്നത്.

ഇപ്പോഴത്തെ റാവൽജി ഈശ്വരപ്രസാദ് നമ്പൂതിരിയെ പരിചയപ്പെടാനായതും ആ പരിചയം വളർന്നതും അദ്ദേഹത്തെ ചെങ്കൽ സായികൃഷ്ണ സ്കൂളിൽ എത്തിക്കാനും ഏതാണ്ട് രണ്ട് മണിക്കൂറോളം അവിടത്തെ അദ്ധ്യാപകരും വിദ്യാർത്ഥികളുമായി സംസാരിക്കാൻ അവസരമൊരുക്കാനും എനിക്ക് സാധിച്ചു. അദ്ദേഹത്തിന്റെ ആഗ്രഹപ്രകാരം സ്കൂൾ മുറ്റത്ത് ആദിശങ്കരന്റെ പ്രതിമ സ്ഥാപിക്കാൻ സ്കൂൾ അധികാരികൾ സമ്മതിച്ചതും എന്റെ ഈ ചാർധാം യാത്രയിലെ മറ്റൊരു പുണ്യമായി കരുതുന്നു.

ചുരുക്കിപ്പറഞ്ഞാൽ എന്റെ പൂർവ്വികരും ഗുരുകാരണവന്മാരും ചെയ്ത ജന്മപുണ്യംകൊണ്ടായിരിക്കും എനിക്ക് എല്ലാ പ്രതിബന്ധങ്ങളും തരണംചെയ്ത് ഈ യാത്ര ഭക്തിയോടെ, തൃപ്തികരമായി പൂർത്തിയാക്കാൻ സാധിച്ചത്. ■

അവതാരിക

വാഗതീതം ഈ മുഗ്ദ്ധസഞ്ചാരം

ഡോ. രാജാ വാര്യർ

(മുൻ ഡയറക്ടർ, സെന്റർ ഫോർ പെർഫോമിംഗ് ആന്റ് വിഷൽ ആർട്സ് കേരള സർവ്വകലാശാല, കാര്യവട്ടം)

എസ്സ്. മോഹൻ രചന നിർവഹിച്ച 'സഫലമീ ചാർധാം യാത്ര' എന്ന ഗ്രന്ഥം വായിച്ചപ്പോൾ, എത്രയും അർത്ഥവത്തായ ഒരു ശീർഷകമാണ് ഗ്രന്ഥകാരൻ നൽകിയിരിക്കുന്നതെന്ന് ഓർത്തുപോയി. തികച്ചും ആനന്ദലബ്ധമായ ഒരു സൗഭാഗ്യം; ഒരു ജീവിതകാലം മുഴുവനും നാമെത്ര തിരക്കിട്ട് സമ്പാദിക്കുകയും അവയിൽ അഭിരമിക്കുകയും ചെയ്താലും ഒരിക്കലും നേടാനാകാത്ത അനിർവചനീയമായ ഒരു നിർവൃതി! ഒപ്പം, മുക്തിയുടെ ശ്രീകോവിൽ തുറക്കാനുള്ള പഴുതും.

രചയിതാവ് പറയുന്നതുപോലെ, ഈശ്വരേച്ഛയോടൊപ്പം ഇനിയൊരിക്കലും ഇത്തരമൊരു യാത്രായാതം നീട്ടാനാകില്ലയെന്ന ഉൽക്കടവാഞ്ഛയും സമഗ്രമായി സമന്വയിക്കുമ്പോൾ മാത്രമേ മറ്റെന്തും ത്യജിച്ച് ഭാരതീയ സാംസ്കാരിക പൈതൃകം പേറുന്ന പുണ്യസ്ഥലങ്ങൾ സന്ദർശിക്കാൻ സാധിക്കുകയുള്ളൂ. ജീവിതപ്രാരബ്ധങ്ങളുടെയിടയിൽപ്പെട്ടുഴലുന്ന സാധാരണക്കാരൻപോലും ആഗ്രഹപൂർത്തീകരണത്തിനും സായൂജ്യനിർവഹണത്തിനുമായി ഒരു മുമുക്ഷുവിന്റെ സമചിത്തതയോടെ ജീവിതസ്പർശിയായ, സനാതന സംസ്കാരം നിഴലിക്കുന്ന പുണ്യസ്ഥലങ്ങൾ സന്ദർശിക്കുന്നു. അതിൽനിന്നുരുത്തിരിയുന്ന നിർവൃതിയാകട്ടെ, ഒരു പുരുഷായുസ്സ് മുഴുവനും കാത്തുസൂക്ഷിക്കാനാവുന്നതും.

നമ്മുടെ പുരാണങ്ങളിലും ഇതിഹാസങ്ങളിലും പരാമർശിക്കുന്ന വിഷയങ്ങളും ജ്ഞാനവിജ്ഞാനങ്ങളും സത്യത്തിന്റെ പന്ഥാവുകൾ കാട്ടിത്തരുന്നവയാണെന്ന് ഇത്തരം യാത്രകളിലൂടെ അനുഭവിച്ചറിയാൻ സാധിക്കും. പലവിധ ഭാഷകളും വൈജാത്യംപേറുന്ന ജീവിതരീതികളും വ്യത്യസ്ത ജാതി, മതങ്ങൾ പേറി ഇവിടെ നിവസിക്കുന്ന ജനതയും ഭിന്നവികാരങ്ങൾ ഉൾക്കൊണ്ട അവരുടെയിടയിലെ മാമൂലുകളും നാനാത്വം പ്രസ്ഫുരിപ്പിക്കുന്നവയാണെങ്കിലും ഭാരതീയപൈതൃകം പേറുന്ന സമാനതകളില്ലാത്ത ദിവ്യദർശനം അവയെ നിഷ്പ്രഭമാക്കുകയാണ് ചെയ്യുന്നത്.

ഭാരതം, ഋഷീശ്വരന്മാരുടെ തപോഭൂമിയാണ്. പാശ്ചാത്യ രാജ്യങ്ങളും അവയുടെ സംസ്കാരവുമെല്ലാം ഭൗതികമായ വീക്ഷണങ്ങൾക്കും സുഖലോലുപതയ്ക്കും പരമപ്രാധാന്യം നൽകി, അവയുടെ പിന്നാലെ നെട്ടോട്ടമോടുമ്പോഴും സനാതനവും ചൈതന്യദീപ്തവുമായ ഒരു സാത്വികപൈതൃകം നമുക്ക് കാത്തുസൂക്ഷിക്കാനാവുന്നത് ഋഷീശ്വരന്മാരുടെ നൂറ്റാണ്ടുകൾ നീണ്ട തപസ്സിൽനിന്നുമുരുത്തിരിഞ്ഞ നിത്യസത്യങ്ങൾ ഇവിടെ എക്കാലവും നിഴലിക്കുന്നതുകൊണ്ടു തന്നെയാകുന്നു. പല കാലങ്ങളിലായി അവർ കോറിയിട്ടിട്ടുള്ള ജ്ഞാനം വേദേതിഹാസങ്ങളും പുരാണങ്ങളുമായി കാലാന്തരത്തിൽ പരിണമിക്കുകയാണുണ്ടായത്.

യഥാർത്ഥത്തിൽ ഭാരതത്തിന്റെ മഹിമ കണ്ടെത്തണമെങ്കിൽ, തീർത്ഥയാത്രകളിലൂടെ മാത്രമേ സാധിക്കുകയുള്ളൂ. ഹിമവാനെക്കുറിച്ചും ഗംഗോത്രി, യമുനോത്രി, കേദാരനാഥ്, ബദരീനാഥ് എന്നിവയെപ്പറ്റിയുമെല്ലാം അറിയാനായി നിരവധി കൃതികൾ വായിച്ചാലും അവയെ നേരിട്ടുകാണുമ്പോൾ കിട്ടുന്ന അനിർവചനീയമായ അനുഭൂതി, ഒരിക്കലും ഗ്രന്ഥങ്ങൾ പാരായണവിധേയമാക്കുമ്പോൾ ലഭിക്കുന്നില്ലതന്നെ. ഒരു ജീവിതകാലംകൊണ്ട് സമ്പാദിക്കുവാൻ കഴിയുന്ന രത്നഖനികളാണ് തീർത്ഥാടനംകൊണ്ട് കിട്ടുന്ന സ്മരണയിൽ തങ്ങിനിൽക്കുന്നതും. ഇതിന് സമാനമായി പുണ്യലബ്ധിക്കിനി മറ്റൊന്നില്ലെന്ന് ഉച്ചൈസ്തരം ഉദ്ഘോഷിക്കുവാൻ കാരണമാകുന്നത് യാത്രാനുഭൂതി നൽകുന്ന നിസ്സീമമായ സാന്ദ്രാനന്ദ നിർവൃതിയൊന്നുകൊണ്ട് മാത്രമാണുതാനും.

ഗ്രന്ഥകാരന് ബാല്യകാലത്ത് മുത്തശ്ശി പറഞ്ഞുകൊടുത്ത പുരാണകഥകളും അവയിലെ കഥാപാത്രങ്ങളും ഇന്നും മനസ്സിൽ ജീവിക്കുന്ന ഒരു പ്രതീതി ഈ യാത്രയിലൂടെ സ്ഫുരിച്ചുകണ്ടതും പലപ്പോഴും പലരെയും വിസ്മയപ്പെടുത്തുന്ന നഗ്നസത്യങ്ങൾ രേഖപ്പെടുത്തുവാൻ കാരണമായതുമെല്ലാം ഇതുകൊണ്ടാണെന്നതും ഞാൻ കരുതട്ടെ.

പ്രകൃത്യാതീതശക്തികളെ ലോകത്തിലാരാധിച്ചിരുന്നവരിൽ ഭാരതീയർ പ്രാധാന്യമർഹിക്കുന്നു. ഇവിടുത്തെ വൃക്ഷങ്ങളും മൃഗങ്ങളും നദികളും കടലുകളും പർവതങ്ങളുമെല്ലാം പുരാണകഥാപാത്രങ്ങൾക്കൊപ്പംതന്നെ സാന്ദർഭികമായി ചിത്രീകരിച്ച് കഥയ്ക്ക് ആർജവം നൽകുവാൻ ദത്തശ്രദ്ധരായിരുന്നു പൂർവികരായ മഹാമനീഷികൾ.

നമ്മുടെ ചിന്താഗതികൾക്കതീതമായ ശക്തിവിശേഷങ്ങളെ ആരാധിച്ചിരുന്നതിലൂടെ, പുരാണങ്ങളിലെ മിത്തുകളെയും സങ്കല്പങ്ങളെയും കഥാനുസരണം ചേർത്തുവെച്ച് കഥനം നടത്തുവാനും അവർ മറന്നിരുന്നില്ല. വാസ്തവത്തിൽ അവയിലൂടെയെല്ലാം പാരമാർത്ഥികസത്യങ്ങളെ വേർതിരിച്ചുകാണിക്കുവാനാണ് അവർ ശ്രമിച്ചിട്ടുള്ളതും. പൂർവസൂരികളുടെ നിസ്തന്ദ്രമായ വിഹഗവീക്ഷണമൊന്നുകൊണ്ടു മാത്രമാണ്, പുരാണേതിഹാസങ്ങൾ എക്കാലത്തും ഏവരും ഇഷ്ടപ്പെടുന്ന കൃതികളായി മാറിയതും.

ലോകത്തിൽ ഒരു സംസ്കാരത്തിനും അവകാശപ്പെടാൻ കഴിയാത്ത, മറ്റൊരു സംസ്കാരത്തിനും പകർത്തിയെഴുതാനാവാത്ത, സ്വന്തമായി അസ്തിത്വം പേറുന്ന ഒരു സംസ്കൃതിയാണ് ഭാരതത്തിന്റേത്. ഒരു ഭാഗത്ത് ദിവ്യമായ ആരാധന നിലനിൽക്കുമ്പോൾ മറുഭാഗത്ത് വെട്ടിവെളുപ്പിക്കലും നിഷ്കരുണമായ ഹിംസയും ഇപ്പോൾ നാം കാണുന്നത് കലികാലവൈഭവം ഒന്നുകൊണ്ടാവാം; പക്ഷേ, ഇവയ്ക്കൊന്നും സനാതനമായ നമ്മുടെ മാമൂലുകളെയും ഋഷീശ്വരന്മാർ ജ്ഞാനദൃക്കുകളിലൂടെ സമാർജിച്ചുതന്നിട്ടുള്ള അനശ്വരസത്യങ്ങളെയും കടത്തിവെട്ടാനാവില്ലെന്ന തിരിച്ചറിവ് നമുക്കുണ്ടാകേണ്ടിയിരിക്കുന്നു.

'സഫലമീ ചാർധാം യാത്ര' എന്ന യാത്രാവിവരണ ഗ്രന്ഥത്തിൽ പത്നീസമേതനായി പതിനൊന്നു ദിവസം ചാർധാം യാത്ര നടത്തിയതിന്റെ അനുഭവമൊഴികളാണ്

മനോജ്ഞമായി സഹൃദയഹൃദയാഹ്ലാദമാംവണ്ണം ലേഖകൻ പകർന്നുതരുന്നത്. ഓരോ സ്ഥലത്തെയും പ്രത്യേകിച്ച് യമുനോത്രി, ഗംഗോത്രി, ഉത്തരകാശി, ബദരീനാഥ് ഇവയെക്കുറിച്ചെല്ലാം സമഗ്രമായി പ്രതിപാദിക്കുന്നു ഈ ഗ്രന്ഥം.

ഇതര യാത്രാവിവരണങ്ങളിൽനിന്ന് ഈയൊരു രചനയെ വ്യത്യസ്തമാക്കുന്നത് തീർത്ഥയാത്ര നടത്തിയ സ്ഥലങ്ങളെ ഐതിഹ്യങ്ങളുമായി കോർത്തിണക്കി പാരായണക്ഷമത വർധിപ്പിക്കുന്ന ഗ്രന്ഥകാരന്റെ രചനാവിരുതാണ്. ഓരോ പുണ്യസ്ഥലത്തെയും ക്ഷേത്രത്തെയും കുറിച്ച് പ്രതിപാദിക്കുമ്പോൾ, പുരാണങ്ങളിലും ഇതിഹാസങ്ങളിലും പരാമർശവിധേയമായിട്ടുള്ള കഥകളെയും സന്ദർഭങ്ങളെയും തദവസരത്തിൽ അവയുമായി അനുരഞ്ജിപ്പിക്കുകയും അവയൊന്നും വെറുതെ വായിച്ചുകളയാനുള്ളതല്ലെന്നും പ്രത്യുത, കാലികപ്രാധാന്യമുള്ളതും സ്ഥലനാമങ്ങളുമായും സാഹചര്യങ്ങളുമായും അവയ്ക്ക് അഭേദ്യബന്ധമാണുള്ളതെന്നും എടുത്തുപറയുകകൂടിയാണ് ചെയ്യുന്നത്. അതുകൊണ്ടുതന്നെ ഒരു നോവൽ വായിക്കുന്ന കൗതുകത്തോടെ, ഒറ്റയിരുപ്പിൽ ഈ യാത്രാവിവരണം വായിക്കുവാനും അത് മുഴുവനും വായിച്ചുകഴിയുമ്പോൾ, മനസ്സുകൊണ്ടൊരു ചാർധാം തീർത്ഥയാത്ര നടത്തിയ സംതൃപ്തി വായനക്കാരന് നിഷ്പ്രയാസം ഈ ഗ്രന്ഥത്തിലൂടെ പകരാനും സാധിക്കുന്നു.

പുരാണങ്ങളിലെ കഥകളും സംഭവങ്ങളുമെല്ലാം വെറുതെ പറഞ്ഞുപോകാനുള്ളതല്ലെന്നും അവയെല്ലാം ആരും കാണാത്ത, ഒരിക്കലും തിരിച്ചറിയാനാകാത്ത നഗ്നസത്യങ്ങളുടെ 'പാക്കേജുകളാ'ണെന്നുമുള്ള വസ്തുത പേർത്തും പേർത്തും ഓരോ വിവരണത്തിലൂടെയും ഗ്രന്ഥകർത്താവ് നമ്മെ ഓർമ്മപ്പെടുത്തുകയാണ് ചെയ്യുന്നത്.

ഓരോ പുരാണസ്ഥലം സന്ദർശിക്കുമ്പോഴും പുരാണങ്ങളിലെ മിത്തുകളെ തദവസരത്തിൽ സംയോജിപ്പിച്ച്, ലേഖകൻ ചിന്താമഗ്നനാകുന്നു. ഉദാഹരണമായി, 'ദ്രൗപദീ കാ ദണ്ഡ' എന്ന സ്ഥലത്ത് ചെന്നപ്പോൾ മഹാപ്രസ്ഥാനമെന്ന പാണ്ഡവരുടെ സ്വർഗാരോഹണപ്രയാണത്തിൽ ദ്രൗപദി കാലിടറി വീണെന്ന സംഗതി കേട്ടറിഞ്ഞപ്പോൾ, ഐതിഹ്യത്തെ സ്ഥലനാമങ്ങളുമായി ബന്ധിപ്പിച്ചിരിക്കുന്നതിലെ ചാരുത ലേഖകൻ ഓർത്തുപോവുകയാണ്.

പുരാണത്തിൽ വായിച്ച കഥകൾ നടന്ന സ്ഥലങ്ങൾ കാണുമ്പോഴും യുക്തിയുക്തം അവ വിവരിച്ചുതരുമ്പോഴും അദ്ദേഹം വാചാലനാകുന്നതും അഭിമാനംകൊണ്ട് പുളകിതനാകുന്നതും ഓർക്കേണ്ടതാകുന്നു. ഇതിനുപോദ്ബലകമായി ലേഖകന്റെ വാക്കുകൾതന്നെ നിരത്തട്ടെ. ഗംഗോത്രിയെന്ന പുണ്യസ്ഥലത്തെത്തിയപ്പോൾ ഗംഗയെക്കുറിച്ച് അദ്ദേഹം പറയുന്നത് ശ്രദ്ധിക്കുക: "ഗംഗാനദി ഭാരതീയർക്ക് വെറും ഒരു നദിയല്ല. ഭാരതസംസ്കാരത്തിൽ അവിഭാജ്യമായി അലിഞ്ഞുചേർന്നിരിക്കുന്ന നദിയാണ് ഗംഗ. ഹൈന്ദവസംസ്കാരത്തിൽ വിശ്വസിക്കുന്ന ഓരോ വ്യക്തിയും ജീവിതകാലത്തിനിടയിൽ പലവുരു ഗംഗയെന്ന നാമം ഉച്ചരിക്കാതിരിക്കില്ല. മനസ്സുകൊണ്ടോ സാന്നിധ്യംകൊണ്ടോ ഈ നദിയെ വണങ്ങാത്ത ഒരു വിശ്വാസിയും ഉണ്ടാകില്ല. ഹിന്ദുക്കൾ മന്ത്രോച്ചാരണത്തിലൂടെ ഗംഗയുടെ ദൈവികത ഉണർത്തി സർവരെയും ധന്യചിത്തരാക്കുന്നുണ്ട്. ഇത്രയും അനുഗ്രഹപ്രദായിനിയായ മറ്റൊരു നദിയും ലോകത്തുണ്ടാവില്ലതന്നെ."

ബദരിനാഥക്ഷേത്രദർശനം നടത്തി പുറത്തുവന്നപ്പോൾ അവിടെയെത്തിയ ആ മഹാശക്തിക്ക് പ്രണാമമർപ്പിക്കുന്നതും എടുത്തുപറയേണ്ടതുതന്നെ. ദിവ്യനദികളും ഈശ്വരസാന്നിധ്യം കുടികൊള്ളുന്ന മഹാക്ഷേത്രങ്ങളും ഋഷീശ്വരദർശനവ്യാഖ്യാനങ്ങളിലൂടെ നേരിട്ടുകണ്ടറിഞ്ഞ അനുഭവങ്ങളിലൂടെ ഈശ്വരനിലുള്ള പൂർവാധികസമർപ്പണബോധവും വിശ്വാസവും അദ്ദേഹത്തിന് കൈവന്നിരിക്കുന്നു. നമ്മുടെ നിയന്ത്രണങ്ങൾക്കപ്പുറത്താണ് ജീവിതമെന്ന പ്രഹേളികയെന്ന വസ്തുത നിരത്താനുള്ള വിവേകം, അദ്ദേഹത്തിന് ഇതുമൂലം വന്നുചേർന്നിരിക്കുന്നു എന്നതിൽ തർക്കമില്ല.

മലയാളത്തിൽ യാത്രാവിവരണശാഖ ഇന്ന് ഏറെക്കുറെ സമ്പന്നമാണ്. 'ബിലാത്തി വിശേഷം' പോലുള്ള അംഗുലീസംഖ്യേയങ്ങളായ രചനകളൊഴിച്ചാൽ, ആദ്യകാലത്ത് ഈ ശാഖ വളരെ ദാരിദ്ര്യം അനുഭവിക്കുന്ന ഒന്നായിരുന്നു. പിൽക്കാലത്ത് എസ്.കെ. പൊറ്റെക്കാട്ടെന്ന ധിഷണാശാലിയുടെ യാത്രാകൗതുകവും തദനുസരണമായി കൈവന്ന ജ്ഞാനവിജ്ഞാനങ്ങളെ സഞ്ചയിപ്പിച്ചുകൊണ്ടുമുള്ള വിവരണങ്ങളുമാണ് സഞ്ചാരസാഹിത്യശാഖയെ സമ്പന്നമാക്കിയത്.

പൊറ്റെക്കാട്ടിനുശേഷം പലരും നാമമാത്രമായെങ്കിലും ഈ രംഗത്ത് കൈവെക്കുകയുണ്ടായി. എങ്കിലും സ്വജീവിതം യാത്രാനുഭവങ്ങൾക്കുവേണ്ടി മാത്രം ഉഴിഞ്ഞുവെച്ചത് പൊറ്റെക്കാട്ടാണ് എന്ന് പറയാതിരിക്കുക വയ്യ. ഉത്തരേന്ത്യയെക്കുറിച്ചും പൗരാണികത മുറ്റിനിൽക്കുന്ന സാംസ്കാരിക പൈതൃകങ്ങളെക്കുറിച്ചും മറ്റും വിവരിക്കുന്ന അനേകം ഗ്രന്ഥങ്ങൾ ഇന്ന് മലയാളത്തിൽ സുലഭമാണ്. അവയിൽ ഒരു പൊൻതൂവൽ ചാർത്താനായി 'സഫലമീ ചാർധാം യാത്ര' യ്ക്ക് കഴിയട്ടെയെന്ന് ആശംസിച്ചുകൊള്ളുന്നു. ഗ്രന്ഥകാരനും ഗ്രന്ഥത്തിനും ഭാവുകങ്ങൾ നേർന്നുകൊള്ളുന്നു.

■

“ജപോ ജല്പഃ ശില്പം സകലമപി മുദ്രാവിരചനാ
ഗതിഃ പ്രാദക്ഷിണ്യക്രമണമശനാദ്യാഹുതിവിധിഃ
പ്രണാമഃ സംവേശഃ സുഖമഖിലമാത്മാർപ്പണദൃശാ
സപര്യാപര്യായസ്തവ ഭവതു യന്മേ വിലസിതം”

(സൗന്ദര്യലഹരി 27)

ചാർധാം

ഉത്തരാഖണ്ഡ് സംസ്ഥാനത്തിലെ യമുനോത്രി, ഗംഗോത്രി, കേദാർനാഥ്, ബദരിനാഥ് എന്നീ നാല് പുണ്യസ്ഥലങ്ങളെയാണ് ചാർധാം എന്നറിയപ്പെടുന്നത്. ചാർധാം എന്ന പേര് ഉച്ചരിക്കുമ്പോൾ ഹിമാലയത്തിനെ മാറ്റിനിർത്താനാകില്ല. കാരണം, ഹിമാലയപർവ്വതനിരകളിലാണ് ഈ നാല് പുണ്യസ്ഥലങ്ങളും സ്ഥിതിചെയ്യുന്നത്. ഈ നാല് പുണ്യസ്ഥലങ്ങൾ അടങ്ങുന്ന ഭൂമികയിൽ ആദിശങ്കരൻ നടത്തിയ നവോത്ഥാനപ്രവർത്തനങ്ങൾ കണ്ടില്ലെന്നു നടിക്കാനാകില്ല. അദ്ദേഹത്തിന്റെ സഞ്ചാരപഥദേവപ്രതിഷ്ഠകളും ചിട്ടപ്പെടുത്തിയ പൂജാക്രമീകരണങ്ങളും ഒരിക്കലും അവഗണിക്കാനാകില്ല. അതുകൊണ്ടുതന്നെ പ്രാധാന്യം കണക്കിലെടുത്ത് ഹിമാലയത്തെക്കുറിച്ചും ശങ്കരാചാര്യരെക്കുറിച്ചും അൽപ്പം വിവരിക്കുന്നത് അനിവാര്യമാണെന്ന് കരുതുന്നു.

ഹിമാലയം

ഹിമവാൻ, ഹിമാദ്രി, ഹിമാചൽ അങ്ങനെ ഹിമം ചേർത്തുള്ള ഒട്ടനവധി പേരുകളാണ് ഭാരതീയർ ഹിമാലയത്തിന് ആദരപൂർവ്വം നൽകിയിട്ടുള്ളത്. ഹിമത്തിനെ മാറ്റിനിർത്തി ഹിമാലയത്തിനെ ഉച്ചരിക്കാനോ ചിന്തിക്കാനോ കഴിയില്ല എന്നതും ശ്രദ്ധേയമാണ്. ലോകത്തിലെ മറ്റ് പർവ്വതനിരകളുമായി തുലനംചെയ്തു നോക്കിയാൽ, ഹിമാലയം പ്രായം കുറഞ്ഞതും പൊക്കം കൂടിയതുമാണെന്ന് മനസ്സിലാകും. ഭാരതത്തിന് കിഴക്ക് വടക്ക് ദിശകളിലായിട്ടാണ് ഈ പർവ്വതനിരകൾ വ്യാപിച്ചിരിക്കുന്നത്. ഏകദേശം 2400 കിലോമീറ്റർ നീളവും ഏകദേശം 150 മുതൽ 500 കിലോമീറ്റർ വരെ വീതിയുള്ളതുമായിട്ടാണ് കണക്കാക്കുന്നത്. അഞ്ച് ലക്ഷം സ്ക്വയർ മീറ്ററിൽ കൂടുതൽ സ്ഥലത്താണ് ഹിമാലയം നിറഞ്ഞുനിൽക്കുന്നത്. ഈ പർവ്വതനിരകൾ ഈ രൂപത്തിലെത്താൻ ആറ് ദശലക്ഷം വർഷങ്ങളിൽ കൂടുതൽ എടുത്തിട്ടുണ്ടാകാം എന്നാണ് കരുതപ്പെടുന്നത്.

ഇന്ത്യ, നേപ്പാൾ, ചൈന, ഭൂട്ടാൻ, പാകിസ്ഥാൻ, അഫ്ഗാനിസ്ഥാൻ എന്നീ രാജ്യങ്ങളിലായിട്ടാണ് ഈ പർവ്വതനിരകൾ വ്യാപിച്ചിരിക്കുന്നത്. ഭാരതത്തിന്റെ ജലസ്രോതസ്സാണ് ഹിമാലയം. ഗംഗ, യമുന, ബ്രഹ്മപുത്ര, സിന്ധു എന്നീ പവിത്രനദികൾ ഉത്ഭവിക്കുന്നത് ഹിമാലയത്തിൽനിന്നാണ്. ഭാരതത്തിന്റെ അതിർത്തി കാക്കുന്ന ഒരു കൃത്യനിർവ്വഹണംകൂടി ഹിമാലയം ചെയ്യുന്നുണ്ട്. ഭാരതസൈന്യത്തിന്റെ തന്ത്രപ്രധാനമായ പല നീക്കങ്ങൾക്കും ഈ പർവ്വതനിര കൂട്ടുനിൽക്കുന്നുണ്ട്. ഭാരതത്തിന്റെ കാലാവസ്ഥ നിയന്ത്രിക്കുന്നതിൽ ഹിമാലയം പ്രധാന പങ്ക് വഹിക്കുന്നുണ്ട്. ആരുടെയും ആജ്ഞ കേൾക്കാതെ, സ്വന്തം ഉത്തരവാദിത്തമാണ് ഭാരതസംസ്കാരവും പൈതൃകവും വരുംതലമുറകൾക്ക് പകർന്നുകൊടുക്കേണ്ടതെന്ന പരമമായ സത്യം മനസ്സിലാക്കി, സമർപ്പിതജീവിതം നയിക്കുന്ന നിരവധി സന്ന്യാസിവര്യന്മാരുടെ താമസസ്ഥലം കൂടിയാണ് ഹിമാലയം.

ഇതിനെല്ലാമുപരി ഭാരതീയർ ഭക്തിയോടെ, പ്രാർത്ഥനയോടെ നോക്കിക്കാണുകയും നമ്മുടെ ഇതിഹാസങ്ങൾ ദൈവപരിവേഷം നൽകുകയും ചെയ്ത പർവ്വതനിരകളാണ് ഹിമാലയം. മറ്റ് രാജ്യങ്ങളിലും വ്യാപിച്ചുകിടക്കുന്നുണ്ടെങ്കിലും ഭാരതീയരുടെ മനസ്സിൽ ഹിമാലയം നമുക്കുമാത്രം അവകാശപ്പെട്ടതാണെന്ന തോന്നലാണ്. ഹിമാലയം ഭാരതത്തിന്റെ ഒരു അടയാളമായിട്ടാണ് നാം കാണുന്നത്. നമ്മുടെ ഇതിഹാസകഥകളിൽ പലയിടത്തും ഹിമാലയം ഒരു പുരുഷകഥാപാത്രമായി മാറുന്നത് കാണാം. ബ്രഹ്മാവിന്റെയും സരസ്വതിയുടെയും മകനാണ് ഹിമാലയം. മേന എന്ന സ്ത്രീയാണ് ഹിമാലയത്തിന്റെ ഭാര്യ. ഉമയും പാർവ്വതി ഗംഗയും മക്കളാണ്. ഭാരതസംസ്കാരം, ഹിമാലയത്തിന്റെ ഔന്നത്യംകൂടി അടങ്ങുന്നതാണ്.

നമ്മുടെ ഇതിഹാസ ഗ്രന്ഥങ്ങളിലും മറ്റു പല ഗ്രന്ഥങ്ങളിലും ഹിമാലയത്തെ പ്രതിപാദിക്കുന്നുണ്ട്. പല സംഭവവികാസങ്ങളും കടന്നുപോകുന്നത് ഹിമാലയത്തിലൂടെയാണ്. പുണ്യനദികളുടെ ഉത്ഭവം ഈ പർവ്വതനിരകളിൽനിന്നാണ്. ഗംഗ എന്ന പുണ്യം നമുക്ക് സമ്മാനിച്ചത് ഹിമാലയമാണ്. ലോകത്തൊരു പർവ്വതത്തിനും കിട്ടാത്ത പ്രാർത്ഥനയും ദൈവികതയും ഹിമാലയത്തിന് നമ്മൾ കൊടുക്കുന്നുണ്ട്. ഗംഗാനദിയുടെ കാര്യവും വ്യത്യസ്തമല്ല. ഹിന്ദുക്കൾക്ക് പവിത്രഭൂമിയാണ് ഹിമാലയം. തത്ത്വത്തിൽ ഹിമാലയം ഭൂമിയുടെ ഒരു ഭാഗം മാത്രമാണ്. പക്ഷേ, നമ്മൾ ഭാരതീയർ നൽകുന്ന ആദരവും ഭക്തിയും ഹിമാലയത്തെ വളരെ ഉയരത്തിലാണ് എത്തിച്ചിരിക്കുന്നത്. ഹിമാലയത്തിന്റെ കൂമവൂൺ പ്രദേശത്താണ് ചാർധാം സ്ഥിതി ചെയ്യുന്നത്.

ജഗദ്ഗുരു ശങ്കരാചാര്യർ

കേരളത്തിലെ ആലുവയ്ക്കടുത്തുള്ള കാലടി എന്ന കൊച്ചുഗ്രാമത്തിൽ ശിവഗുരുവിന്റെയും ആര്യംബയുടെയും മകനായിട്ടാണ് ശങ്കരൻ ജനിച്ചത്. 32 വയസ്സുവരെ മാത്രമേ അദ്ദേഹത്തിന് ആയുസ്സുണ്ടായിരുന്നുള്ളൂ, അതും രണ്ട് ഘട്ടങ്ങളിലായി ദാനമായി നീട്ടിക്കിട്ടിയതുമൂലവുമാണ്. ജനനസമയത്ത് ബ്രഹ്മാവ് നൽകിയ എട്ട് വർഷം മാത്രമായിരുന്നു ജീവിതദൈർഘ്യം. വീട്ടിലെ ആതിഥ്യമര്യാദകൾ അനുഭവിച്ചറിഞ്ഞ ഒരു സന്ന്യാസിവര്യനാണ് ഇരട്ടി ജീവിതദൈർഘ്യം കടാക്ഷിച്ച് നൽകിയത്. അങ്ങനെ എട്ടിൽനിന്ന് പതിനാറായി. കാശിയിൽ വേദവ്യാസനുമായുള്ള സംവാദപ്രതിവാദത്തിൽ ശങ്കരന്റെ മഹത്വം മനസ്സിലാക്കിയ വ്യാസമഹർഷി ജീവിതദൈർഘ്യം പതിനാറിൽനിന്ന് മുപ്പത്തിരണ്ടാക്കി നൽകി. അങ്ങനെ ദാനമായി ലഭിച്ച ആയുസ്സ് അദ്ദേഹം ഒരു നിമിഷംപോലും പാഴാക്കുകയുണ്ടായില്ല.

ഭാരതത്തെക്കുറിച്ച് ഇത്രത്തോളം ദീർഘവീക്ഷണത്തോടെ ചിന്തിച്ച മറ്റൊരു സന്ന്യാസിവര്യനും ഉണ്ടായിട്ടില്ല എന്നു പറഞ്ഞാൽ അതിൽ തെല്ലും അതിശയോക്തിയില്ല. അദ്വൈതസിദ്ധാന്തത്തിന്റെ സ്രഷ്ടാവായ ശങ്കരാചാര്യർ, പല പ്രാവശ്യം ഭാരതപര്യടനം നടത്തിയിട്ടുണ്ട്. 32 വർഷമെന്ന ചുരുങ്ങിയ പുരുഷായുസ്സുകൊണ്ട് അറിവിന്റെ അക്ഷയഖനിയാണ് അദ്ദേഹം ഭാരതത്തിന് നൽകിയത്. ഭാരതത്തിന്റെ നാല് ദിക്കുകളിൽ മഠങ്ങൾ സ്ഥാപിച്ചു. കിഴക്ക് ജഗന്നാഥമഠം, പടിഞ്ഞാറ് ദ്വാരകമഠം, തെക്ക് ശൃംഗേരിമഠം, വടക്ക് ബദരി (ജോഷിമഠം). ഇളം പ്രായത്തിൽത്തന്നെ സർവ്വജ്ഞപീഠം കയറിയ മഹായോഗിവര്യനാണ് ശങ്കരാചാര്യർ. ഏതാണ്ട് നൂറ്റിപ്പന്ത്രണ്ട് അമൂല്യഗ്രന്ഥങ്ങളാണ് അദ്ദേഹം നമുക്ക് രചിച്ചു നൽകിയത്. ഇവയിൽ വിവേകചൂഡാമണി, സൗന്ദര്യലഹരി, മായാപഞ്ചകം, ഭജഗോവിന്ദം, അദ്വൈതാനുഭൂതി തുടങ്ങിയ അമൂല്യഗ്രന്ഥങ്ങളും ഉൾപ്പെടുന്നു.

നിരവധി ക്ഷേത്രങ്ങൾ നിർമിച്ച് പ്രതിഷ്ഠ നടത്തി. കൂടാതെ ആ ക്ഷേത്രങ്ങളിലെല്ലാം പൂജാരീതികളും അദ്ദേഹംതന്നെ ക്രമപ്പെടുത്തി. ഭാരതത്തിന്റെ അഖണ്ഡത ഊട്ടിയുറപ്പിക്കാൻ പര്യാപ്തമായ രീതിയിലാണ് അദ്ദേഹം പല സത്കർമങ്ങളും നിർവ്വഹിച്ചിട്ടുള്ളത്. ബദരിയിൽ കേരളബ്രാഹ്മണരാണ് പൂജകൾ ചെയ്യുന്നത്. കേദാർനാഥിൽ കർണാടകബ്രാഹ്മണർ പൂജകൾ ചെയ്യുന്നു. ഇത്തരം ക്രമീകരണങ്ങൾ അദ്ദേഹത്തിന്റെ ഭാരതസങ്കൽപ്പത്തിലെ ദീർഘവീക്ഷണത്തെയാണ് കാണിക്കുന്നത്.

അദ്ദേഹത്തിന്റെ ജനനകാലഘട്ടത്തെക്കുറിച്ച് വ്യത്യസ്തമായ അഭിപ്രായമുണ്ടെങ്കിലും എഡി 788നും 820നും ഇടയ്ക്കാണ് ഏതാണ്ട് സ്ഥിരീകരിച്ച കാലഘട്ടം. 32 വർഷത്തെ ജീവിതംകൊണ്ട് നൂറു വർഷംകൊണ്ട് ചെയ്യാൻ സാധിക്കുന്നതിലധികം പുണ്യകർമങ്ങൾ ഭാരതത്തിന് അദ്ദേഹം ചെയ്തു തന്നു. അദ്ദേഹത്തിന്റെ പേരിനർത്ഥം ഐശ്വര്യം പ്രദാനംചെയ്യുന്നവൻ എന്നാണ്. ആ അർത്ഥം സാക്ഷാൽക്കരിക്കുന്ന കർമങ്ങളാണ് അദ്ദേഹം ചെയ്തിരിക്കുന്നത്. ഭാരതത്തിന് അനശ്വരമായ ഐശ്വര്യം പകർന്നുനൽകിയിട്ടാണ് അദ്ദേഹം കടന്നുപോയത്.

ചെറുപ്പത്തിൽത്തന്നെ ശങ്കരന് അച്ഛനെ നഷ്ടപ്പെട്ടു. അമ്മയുടെ വാത്സല്യത്തിലാണ് വളർന്നത്. ആ അമ്മയെ ഉപേക്ഷിച്ചിട്ടാണ് അദ്ദേഹം തന്നിൽ അർപ്പിതമായ ഭക്തിമാർഗത്തിലേക്ക് സഞ്ചരിച്ചത്.

ഈ ആധുനികകാലഘട്ടത്തിൽപ്പോലും നമുക്ക് ചെന്നെത്താൻ പ്രയാസമുള്ള കേദാർനാഥ്പോലുള്ള സ്ഥലങ്ങളിലാണ് അദ്ദേഹം ക്ഷേത്രങ്ങൾ നിർമിച്ച് പ്രതിഷ്ഠ നടത്തിയതെന്നത് വിസ്മയാവഹമായ കാര്യമാണ്. കേദാർനാഥിൽനിന്നാണ് അദ്ദേഹം മഹാപഥത്തിലേക്ക് യാത്രയായതെന്ന് കരുതുന്നു.

ചാർധാം യാത്രയിൽ അദ്ദേഹത്തിന്റെ മൂകമായ സാന്നിദ്ധ്യം എല്ലായിടത്തും അനുഭവപ്പെടുന്നുണ്ടായിരുന്നു. ഓരോ കേരളീയനും എന്നെന്നും അഭിമാനംകൊള്ളുന്ന മഹാഗുരുവാണ് ശങ്കരാചാര്യർ.

യമുനോത്രി

എനിക്കും എന്റെ സഹധർമ്മിണി രമയ്ക്കും ഡെറാഡൂണിലെ അന്നത്തെ പ്രഭാതം ഉന്മേഷം നിറഞ്ഞതായി തോന്നി. അധികം ചൂടോ ശൈത്യമോ ഇല്ലാത്ത അന്തരീക്ഷം. ശീതക്കാറ്റിന്റെ ചെറു കുളിർ ഒരു പ്രത്യേകസുഖം തരുന്നതായിരുന്നു. നിർദ്ദേശാനുസരണം രാവിലെ എട്ടുമണിക്കുതന്നെ ഞങ്ങൾക്കുള്ള ടാക്സി എത്തിയിരുന്നു. എങ്കിലും യാത്ര തുടങ്ങിയപ്പോൾ ഒൻപതു മണിയായി. പ്രഭാതഭക്ഷണവും മറ്റു തയ്യാറെടുപ്പുകളുമാണ് കാലതാമസത്തിനിടയാക്കിയത്. യാത്രയെക്കുറിച്ച് ലഭിച്ച വിവരങ്ങൾ ഒന്നുകൂടി കാർയാത്രയ്ക്കിടയിൽ ഞാൻ ചിന്തിച്ചുറപ്പാക്കി.

ഡെറാഡൂണിൽനിന്ന് ബാർക്കോട്ടെയ്ക്ക് റോഡുമാർഗം 137 കി.മീ. ദൂരമുണ്ട്. മസൂരിവഴിയാണ് പോകേണ്ടത്. ടാക്സിക്കാറിലോ ഉത്തരാഖണ്ഡ് റോഡ് ട്രാൻസ്പോർട്ട് കോർപ്പറേഷൻ ബസ്സിലോ യാത്ര ചെയ്യാം. അതല്ലെങ്കിൽ യാത്രയ്ക്കുവേണ്ടി സ്വകാര്യജീപ്പുകളും ലഭ്യമാണ്. വഴിയിൽ മറ്റു തടസ്സങ്ങൾ ഒന്നും ഉണ്ടായില്ലെങ്കിൽ അഞ്ച് മണിക്കൂർകൊണ്ട് ബാർക്കോട്ട് എത്താൻ കഴിയും. പോകുന്ന വഴിയിൽത്തന്നെ മസൂരിയിൽ കെമ്റ്റി വെള്ളച്ചാട്ടം (Kempty Water fall) എന്ന മനോഹരമായ കാഴ്ച കണ്ടു. വെള്ളച്ചാട്ടത്തിന്റെ ദൃശ്യഭംഗി മൊബൈൽ ഫോണിൽ പകർത്തി.

കെമ്റ്റിയിൽനിന്ന് ഏതാനും കിലോമീറ്റർ താണ്ടിയപ്പോൾ, യാത്ര നിലച്ചു. ഞാൻ കാറിന്റെ ചില്ലു താഴ്ത്തി പുറത്തേക്കു നോക്കി. മുന്നോട്ട് പോകാനാകാത്തവിധം വാഹനങ്ങളെല്ലാം വരിവരിയായി നിർത്തിയിട്ടിരിക്കുന്നു. 'സാബ് ജാമ് ഹോഗയാ' ഡ്രൈവർ രാഹുൽ ഹിന്ദിയിൽ പറഞ്ഞു. (മുന്നോട്ടു പോകാൻ തടസ്സമുണ്ട്). ഡ്രൈവർ രാഹുൽ, ഋഷികേശ് സ്വദേശിയായ ചെറുപ്പക്കാരനാണ്. പല തവണ ചാർധാം സവാരിക്ക് യാത്രക്കാരെ കൊണ്ടുപോയി പരിചയപ്പെടുത്തിയിട്ടുള്ളതിനാൽ, അയാൾക്ക് സ്ഥലനാമങ്ങളും പോകേണ്ട

വഴികളും നന്നായിട്ടറിയാം. മാർഗതടസ്സത്തിന് എന്താണ് കാരണമെന്ന് തിരക്കാനായി രാഹുൽ കാറിൽനിന്നിറങ്ങി. രമയെ കാറിലിരുത്തി ഞാനും മുന്നോട്ട് നടന്നുപോയി. ഹിമാലയൻ മലനിരകളും താഴ്‌വാരങ്ങളും നോക്കിക്കണ്ടു. ഉത്തരാഖണ്ഡ് സംസ്ഥാനത്തിലെ ഗർവാൾ പ്രദേശങ്ങൾ! പ്രകൃതിഭംഗികൊണ്ട് സമ്പന്നമായ പ്രദേശം! എവിടെ നോക്കിയാലും മലനിരകളും പുഴകളും കാണാനാവും. ഹിമാലയപർവ്വതങ്ങളുടെ ഹൃദയത്തിലൂടെ കടന്നുപോകുന്ന റോഡുകൾ, അഗാധഗർത്തങ്ങൾ, പച്ചപ്പ് നിറഞ്ഞ വിജനപ്രദേശങ്ങൾ, താഴ്‌വാരത്തിലൂടെ പാമ്പിനെപോലെ ഇഴഞ്ഞു നീങ്ങുന്ന അരുവികൾ, നദികൾ, മലനിരകളിൽനിന്ന് ഒലിച്ചിറങ്ങുന്ന നീരുറവകൾ! ശൈത്യം സൂര്യൻ തന്റെ കിരണങ്ങളാൽ ഒപ്പിയെടുക്കുന്നുണ്ടാവണം. അതിമനോഹരമായ ദൃശ്യവിരുന്ന്.

"സാബ് ജി, നല്ല ബ്ലോക്കാണ്. ഇന്നലെ രാത്രിയിലെ മഴയിൽ ഉത്തരകാശി റോഡിൽ മലയിടിഞ്ഞുവീണത്രെ. അത് മാറ്റിയാലേ ഗതാഗതം പുനരാരംഭിക്കാനാവൂ." മടങ്ങിവന്ന രാഹുൽ ഹിന്ദി ഭാഷയിൽ വിവരമറിയിച്ചു.

"എപ്പോഴാണ് നമുക്കിനി പോകാനാവുക?" എന്റെ സ്വാഭാവികമായ സംശയം അയാളോടുള്ള ചോദ്യമായി.

"അത് പറയാൻ പറ്റില്ല."

ഏകദേശം അഞ്ച് മണിക്കൂർ അവിടെ തങ്ങേണ്ടിവന്നു. ഞങ്ങൾക്ക് പോകേണ്ട സ്ഥലം കഴിഞ്ഞാണ് ഉത്തർകാശി. പക്ഷേ, അവിടത്തെ രീതികൾ ഇങ്ങനെതന്നെയാണ്. എന്തെങ്കിലും വഴിത്തടസ്സമുണ്ടായാൽ പലയിടത്തായി വാഹനങ്ങൾ നിർത്തിയിടും. ഏതെങ്കിലും ഒരു സ്ഥലത്തുതന്നെ വലിയ തിരക്ക് വരുന്നത് ഒഴിവാക്കാനായിരിക്കും. ചുരുങ്ങിയ സമയംകൊണ്ടുതന്നെ കിലോമീറ്ററുകൾ ദൂരത്തിൽ വാഹനങ്ങൾ നിരനിരയായെത്താൻ തുടങ്ങി.

ഉത്തർപ്രദേശിൽനിന്നും രാജസ്ഥാനിൽനിന്നുമെല്ലാം ബസ്സുകളിലാണ് ആൾക്കാർ തീർത്ഥയാത്രയ്ക്ക് എത്തിയിരിക്കുന്നത്. അതിൽത്തന്നെ വളരെപ്പേർ പാചകസാമഗ്രികളും കൊണ്ടുവന്നിട്ടുണ്ട്. ഞാനും ഭാര്യ രമയും കാറിലിരുന്ന് മുഷിഞ്ഞപ്പോൾ ഇറങ്ങി സാവധാനം മുന്നോട്ടു നടന്നു. ബസ്‌യാത്രക്കാരിൽ പലരും വഴിയരികിൽ പാചകം തുടങ്ങിയിരിക്കുന്നു. ചിലർ ഗോതമ്പുമാവ് കുഴയ്ക്കുന്നു. മറ്റു ചിലർ കറിക്കരിയുന്നു. ഗ്യാസ് സ്റ്റൗ പ്രവർത്തനം തുടങ്ങിയിരിക്കുന്നു. സ്ത്രീകൾ സൊറ പറഞ്ഞിരിക്കുന്നു; ഇത്തരം തടസ്സങ്ങളൊന്നും തങ്ങൾക്ക് പ്രശ്നമല്ല എന്ന രീതിയിൽ. യാത്രയ്ക്കിടയിലെ ഇത്തരം തടസ്സങ്ങൾ സാധാരണമാണെന്നാണ് ഡ്രൈവർ പറഞ്ഞത്. രാത്രി എട്ടു മണിയോടെയാണ് ബാർക്കോട്ടിലെത്തിയത്.

ഉത്തർകാശി ജില്ലയിലെ ഒരു ചെറിയ പട്ടണമാണ് ബാർക്കോട്ട്. യമുനയുടെ തീരത്താണ് ഈ സ്ഥലം. ചെറിയ കടകളും അനേകം ടാബകളും (ഫാസ്റ്റ് ഫുഡ് കടകൾ) ഹോട്ടലുകളും ലോഡ്ജുകളും അവിടെയുണ്ട്. കൂടാതെ, ചാർധാം യാത്രയ്ക്ക് ആൾത്തിരക്ക് കൂടുതൽ ഉള്ള മേയ്, ജൂൺ മാസങ്ങളിൽ താൽക്കാലിക ടെന്റുകളും ഹോം സ്റ്റേകളും താമസത്തിന് സുലഭമായി കിട്ടുമത്രേ. എങ്കിലും കുടുംബസമേതം വരുന്നവർ മുൻകൂട്ടി താമസസൗകര്യം ബുക്ക് ചെയ്യുന്നതായിരിക്കും നല്ലതെന്നു തോന്നുന്നു. അന്നത്തെ ഞങ്ങളുടെ താമസം ബാർക്കോട്ടിലാണ്. അതിരാവിലെ യമുനോത്രിയിലേക്ക് യാത്ര തിരിക്കാമെന്ന് രാഹുൽ പറഞ്ഞു. ഞങ്ങളും അങ്ങനെയാകാമെന്ന് സമ്മതിച്ചു.

അന്നത്തെ ഞങ്ങളുടെ താമസം ടെന്റിലായിരുന്നു. അതികഠിനമായ തണുപ്പ്! തണുപ്പിനേക്കാൾ പ്രശ്നം ഇളം ശീതക്കാറ്റാണ്. ടെന്റിനുള്ളിൽ ആവശ്യമുള്ള എല്ലാ സൗകര്യങ്ങളുമുണ്ട്. ബാത്ത് റൂമിൽ ചൂടുവെള്ളം, കോഫി ഉണ്ടാക്കാനുള്ള കെറ്റിൽ, നല്ല മെത്തകൾ, കമ്പിളിപ്പുതപ്പുകൾ, തറയിൽ ചുവപ്പ് പരവതാനിയും വാതിൽ പൂട്ടിട്ട് പൂട്ടാനുള്ള സൗകര്യവുമെല്ലാം ഉണ്ട്. ചൂടുവെള്ളത്തിൽ ചെറിയ രീതിയിൽ ദേഹശുദ്ധിവരുത്തി ഞങ്ങൾ ലഘുഭക്ഷണം കഴിച്ച് കിടന്നു. രാവിലെ മൂന്നുമണിക്ക് ഉണർന്ന് എണീൽക്കാൻ മൊബൈൽ ഫോണിൽ അലാറവും സെറ്റ് ചെയ്തു. പുറത്തെ ശീതക്കാറ്റിൽ ടെന്റിന്റെ ചിറകുകൾ അലയടിക്കുന്ന ശബ്ദം. ഏതായാലും ഉറക്കത്തിന് തടസ്സമുണ്ടായില്ല. നീണ്ട പന്ത്രണ്ടു മണിക്കൂർ യാത്ര മൂലം ഞങ്ങൾക്ക് അത്രയധികം ക്ഷീണമുണ്ടായിരുന്നു.

രാവിലെ മൂന്നുമണിക്കെഴുന്നേറ്റ് ചൂടുവെള്ളത്തിൽത്തന്നെ പ്രഭാതകൃത്യങ്ങളും കുളിയും കഴിഞ്ഞ് നാലു മണിക്ക് ഹോട്ടലുകാർ തന്ന ഭക്ഷണപ്പൊതിയുമായി ഞങ്ങൾ യമുനോത്രിയിലേക്ക് യാത്രതിരിച്ചു. ഡ്രൈവർ രാഹുൽ ഞങ്ങൾ എത്തുന്നതിനുമുമ്പേ തയ്യാറായി, ഞങ്ങളെ കാത്തുനിൽക്കുകയായിരുന്നു. ശൈത്യത്തിന്റെ കാഠിന്യം അസഹനീയമായിരുന്നു. വെളുപ്പിന് നാലുമണിക്ക് ബാർക്കോട്ടുനിന്ന് തിരിച്ചാൽ ആറുമണിക്ക് ജാനകീഛട്ടിയിൽ എത്തേണ്ടതായിരുന്നു. എന്നാൽ, ഞങ്ങൾ എത്തിയത് പതിനൊന്നു മണിക്കാണ്. തലേദിവസം പെയ്ത മഴയിൽ ശ്യാനഛട്ടിയിലെ റോഡിന്റെ നല്ലൊരു ഭാഗം ഒലിച്ചുപോയതുകാരണം അഞ്ച് മണിക്കൂറോളം വഴിയിൽ തങ്ങേണ്ടിവന്നു.

ബാർക്കോട്ടുനിന്ന് ജാനകീഛട്ടിയിലേക്ക് നാൽപ്പത്തിനാല് കിലോമീറ്റർ ദൂരമുണ്ട്. 'ഛട്ടി' എന്നാൽ ഗ്രാമമെന്നാണ് അർത്ഥം. ജാനകീഛട്ടിയിലും കടകളും താമസസൗകര്യങ്ങളുമുണ്ട്. ബാർക്കോട്ടുനിന്ന് ജാനകീഛട്ടിയിലേക്ക് യാത്രചെയ്ത റോഡ് വളരെ

വീതികുറഞ്ഞതാണ്. അതുകൊണ്ടുതന്നെ അപകടസാധ്യതകൾ കൂടുതലുമാണ്. യാത്രയ്ക്കിടയിൽ പലയിടത്തും റോഡ് യമുനാനദീതീരത്തുകൂടിയാണ് കടന്നുപോകുന്നത്. അതുകൊണ്ട് യമുനാനദിയുടെ സൗന്ദര്യം ഇടയ്ക്കിടെ ആസ്വദിച്ച് യാത്രചെയ്യാനായി. ഒരു വശത്ത് ദേവദാരു വൃക്ഷങ്ങൾ നെഞ്ചിലേറ്റിയ ഹിമാലയ മലനിരകൾ. മറുവശത്ത് അലയും ചുഴികളുമായി പാഞ്ഞൊഴുകുന്ന യമുനാനദി. നയനാനന്ദകരമായ കാഴ്ചകൾക്കിടയിലൂടെയുള്ള യാത്ര ഞങ്ങൾക്ക് എത്രയും ആസ്വാദ്യകരമായി. ജാനകീഛട്ടി വരെ മാത്രമേ വാഹനഗതാഗതസൗകര്യമുള്ളൂ.

ബാർക്കോട്ടുനിന്ന് ജാനകീഛട്ടിയിലേക്കുള്ള യാത്രയിൽ ഇടയ്ക്കിടെ വിജനമായ പ്രദേശങ്ങൾ ധാരാളം കാണാനാകുമായിരുന്നു. അങ്ങിങ്ങായി ചെറിയ കെട്ടിടങ്ങളുമുണ്ട്. ഹനുമാൻഛട്ടി എന്ന സ്ഥലത്തും കടകളും താമസസൗകര്യങ്ങളുമുണ്ട്. ഹനുമാൻഛട്ടി ഈ യാത്രയിൽ കണ്ട ഒരു പ്രധാന സ്ഥലമാണ്. ശ്യാനഛട്ടി, ഫുലാൻഛട്ടി തുടങ്ങിയ ഗ്രാമങ്ങളുമുണ്ട്. ഇവിടെയെല്ലാം ഭക്ഷണസൗകര്യവും താമസസൗകര്യവുമുണ്ട് എന്നത് എടുത്തുപറയേണ്ടതാണ്. മറ്റു തടസ്സങ്ങൾ ഉണ്ടാവാതിരുന്നാൽ, രണ്ട് മണിക്കൂർകൊണ്ട് ബാർക്കോർട്ടുനിന്ന് ജാനകീഛട്ടിയിൽ എത്തുന്നതാണ്. ഞങ്ങളുടെ കണക്കുകൂട്ടൽ ശ്യാനാഛട്ടിയിലെ തടസ്സം കാരണം തെറ്റിപ്പോയി. ജാനകിഛട്ടിയിൽനിന്ന് ഇനി യമുനോത്രിയിലേക്ക് ആറ് കിലോമീറ്റർ ദൂരമുണ്ട്. ഈ ആറു കിലോമീറ്ററിൽ വാഹനഗതാഗതം ഇല്ല.

ഞങ്ങൾ തിരിച്ചുവരുമ്പോൾ രാഹുൽ കാർ പാർക്ക് ചെയ്യാൻ ഉദ്ദേശിക്കുന്ന സ്ഥലം കാണിച്ചുതന്നു. മുമ്പോട്ടുള്ള യാത്രയെക്കുറിച്ച് നേരത്തെ പറഞ്ഞ കാര്യങ്ങൾ സമർത്ഥനായ ഒരു ഗൈഡിനെപ്പോലെ പോകാൻനേരത്ത് വീണ്ടും പറഞ്ഞുതന്നു. വഴിയുടെ വീതി ഏതാണ്ട് അഞ്ചടിക്കകത്ത് മാത്രമുള്ളതാണ്. ചില സ്ഥലങ്ങളിൽ അതിലും കുറവാണ്. ഒരു വശത്ത് തലയെടുപ്പോടെ നിൽക്കുന്ന ഹിമാലയ പർവ്വതനിരകൾ. മറുവശത്ത് അഗാധമായ കൊക്കയിലൂടെ, യമുനാനദിയുടെ പ്രയാണമാണ്.

നടക്കേണ്ട വഴിയിൽ പലയിടത്തും കൂറ്റൻ പാറകൾ പുറത്തേക്ക് തള്ളിനിൽക്കുന്നുണ്ട്. അങ്ങോട്ട് പോകാനും തിരികെ വരാനും ഈ വഴി മാത്രമാണുള്ളത് എന്ന് മനസ്സിലായി. നടന്നുപോകാൻ പ്രയാസമുള്ളവർക്ക് വേണമെങ്കിൽ കുതിരപ്പുറത്ത് കയറി പോകാം. കുതിരക്കാരൻ കൂടെയുണ്ടാകും. കുതിരക്കാരന്റെ ആജ്ഞകൾക്കനുസരിച്ചാണ് കുതിര മുന്നോട്ടുപോകുന്നത്. 'ഡോളി' കസേരയിലിരുത്തി നാലുപേർ തോളിലേറ്റിക്കൊണ്ട് പോകുന്ന രീതിയുമുണ്ട്. പിന്നെ ബിട്ടു (പിത്തു) കുട്ടപോലുള്ള കസേരയിൽ യാത്രക്കാരനെ ഇരുത്തി

ഒരാൾ മുതുകിലേറ്റിക്കൊണ്ടുപോകുന്ന രീതിയാണ്. കുതിരസവാരിയും ഡോളിയും ബിട്ടുവും എല്ലാം നല്ല രീതിയിൽ വിലപേശി, കഴിയുന്നത്ര കൂലി കുറയ്ക്കാൻ മറ്റു സഞ്ചാരികൾ ശ്രദ്ധിക്കുന്നത് ഞങ്ങൾ കണ്ടു. ഏതിലായാലും യാത്ര തുടങ്ങുന്നതിനു മുമ്പേ തന്നെ തുക പറഞ്ഞ് ഉറപ്പിക്കുകയും യാത്ര കഴിഞ്ഞ് തിരികെ ജാനകീഛട്ടിയിൽഎത്തിയ ശേഷം മാത്രം രൂപ കൊടുക്കുന്നതുമാകും ഉചിതം എന്ന് രാഹുൽ പറഞ്ഞത് അനുസരിക്കാമെന്ന് ഞങ്ങൾ തീരുമാനിച്ചു.

ഞങ്ങൾ കുതിരയാത്രയാണ് തെരഞ്ഞെടുത്തത്. യാത്ര തുടങ്ങുന്നതിന് മുന്നേ എല്ലാപേരും 'യമുനാ മാ കീ ജയ്' എന്ന് ഉറക്കെ പ്രാർത്ഥിച്ചിട്ടുവേണം ജാനകീഛട്ടിയിൽനിന്ന് യാത്ര തുടങ്ങേണ്ടത്. ഓരോ കുതിരയ്ക്കും അതിന്റെ ഉടമസ്ഥൻ പേരിട്ടിട്ടുണ്ട്. ആ പേര് വിളിച്ച് അയാൾ കുതിരയോട് നിർദ്ദേശിക്കുമ്പോൾ, അനുസരണയുള്ള ഒരു കുട്ടിയെപ്പോലെയുള്ള കുതിരയുടെ പെരുമാറ്റം വളരെ കൗതുകകരമാണ്. ഞാൻ നേരത്തേ പറഞ്ഞതുപോലെ വഴിയിൽ പല സ്ഥലത്തും കൂറ്റൻ പാറകൾ പുറത്തേക്ക് തള്ളിനിൽക്കുന്നുണ്ട്. കുതിരസവാരിക്കാരും ഡോളി യാത്രക്കാരും ഈ തള്ളിനിൽക്കുന്ന പാറകളിൽ തല തട്ടാതെ നോക്കണം. എന്ന് ഓർമിപ്പിച്ചുകൊണ്ടിരുന്നു.

ഞങ്ങളുടെ കുതിരകളെ ബാദൻ എന്നും റാണി എന്നുമാണ് വിളിച്ചിരുന്നത്. യാത്രയ്ക്കുള്ളവഴി വളഞ്ഞതും തിരിഞ്ഞതും കുത്തനെയുള്ള കയറ്റിറക്കങ്ങൾകൊണ്ടു നിറഞ്ഞതുമായിരുന്നു. വഴിയിൽ പലയിടവും കുതിരമൂത്രവും ചാണകവും പിന്നെ മലനിരകളിൽനിന്ന് ഒലിച്ചുവരുന്ന നീരുറവകളുംകൊണ്ട് വൃത്തിഹീനമായി കാണപ്പെട്ടു. എങ്കിലും യാത്ര തുടങ്ങിയതു മുതൽ ഏതോ അജ്ഞാതമായ ഒരാത്മധൈര്യം മുന്നോട്ട് നയിക്കുന്നുണ്ടായിരുന്നു. വളരെ സാവധാനത്തിൽ നിന്നു വിശ്രമിച്ച് പോയാൽ മൂന്ന് മണിക്കൂർകൊണ്ട് യമുനോത്രിയിൽ എത്താൻ കഴിയും. എന്നാൽ, ചെറുപ്പക്കാർക്ക് രണ്ട് മണിക്കൂർകൊണ്ട് നടന്ന് എത്താവുന്നതാണ്. കുതിരകളുടെയും ഡോളിയുടെയും പോക്കുവരവ് കാൽനടയാത്രക്കാർക്ക് പലപ്പോഴും അലോസരങ്ങൾ ഉണ്ടാക്കുന്നുണ്ടായിരുന്നു. ഈ യാത്രയ്ക്കിടയിൽ അൽപ്പം വിശ്രമിക്കാനും പാനീയങ്ങൾ കഴിക്കാനും ഉള്ള ചെറിയ കടകൾ ധാരാളം കാണാം.

യമുനോത്രി സമുദ്രനിരപ്പിൽനിന്ന് 3300 മീറ്റർ ഉയരത്തിലാണ് സ്ഥിതിചെയ്യുന്നത്. യമുനാദേവീക്ഷേത്രത്തിലേക്ക് പോകാനായി, യമുനാനദിക്ക് കുറുകെയായി നിർമിച്ചിരിക്കുന്ന ഒരു പാലം ശ്രദ്ധയിൽപ്പെട്ടു. ആ പാലത്തിൽനിന്നു നോക്കിയപ്പോൾ, അകലെയായി

വലിപ്പത്തിലുള്ള ഒരരുവിപോലെ, മാലിന്യം ലേശമില്ലാത്ത നിഷ്കളങ്കയായ യമുനാനദി ഒഴുകിവരുന്നതു കണ്ടു. മൂന്നുവശത്തും വെള്ളത്തലപ്പാവ് അണിഞ്ഞ കാവൽക്കാരെപ്പോലെ ഹിമാലയനിരകൾ യമുനോത്രിയെ സംരക്ഷിക്കുന്നു. എത്ര കണ്ടാലും മതിവരാത്തതും മറക്കാനാവാത്തതുമായ, പ്രകൃതിഭംഗിയാണ് യമുനോത്രി കണ്ണിലും മനസ്സിലും നിറച്ചത്.

ഹിമാലയത്തിലെ 'ബന്ദർപുഞ്ച്' മലനിരകളാണ് യമുനോത്രിക്ക് ചുറ്റും കാണുന്നത്. 'ബന്ദർപുഞ്ച്' മലനിരകളിലെ 'കാളിന്ദ' മലയിൽ നിന്നുമാണ് യമുനാനദിയുടെ ഉത്ഭവം. ഈ മനോഹരസ്രോതസ്സിനരികിലെത്തണമെങ്കിൽ, യമുനോത്രിയിൽനിന്ന് ആറു കിലോമീറ്ററോളം മുകളിലേക്ക് സഞ്ചരിക്കണമത്രെ. ദുർഘടം പിടിച്ച സഞ്ചാരപഥമാണ് ഉത്ഭവസ്ഥാനത്തേക്കുള്ള യാത്രയ്ക്കുള്ളത്. അതുകൊണ്ടുതന്നെ അവിടേക്ക് അധികം ആരും പോകാറില്ല.

പാലം കടന്നുചെന്ന്, പടികൾ ചവിട്ടിക്കയറി മുകളിലെത്തി. അതാ ക്ഷേത്രം! അൽപ്പം മാറി ഒരു ജ്ഞാനതപസ്വിയെക്കണ്ടു. അടുത്തുചെന്നു വണങ്ങി. ജ്ഞാനതപസ്വി ഐതിഹ്യകഥ പറഞ്ഞു. സൂര്യഭഗവാന്റെയും സഞ്ജനയുടെയും മകളാണ് യമുന. ഭൂമിയിൽ മനുഷ്യരുടെ ദുരിതങ്ങൾ അകറ്റി സന്തോഷം പകരാനായിട്ടാണ് ബ്രഹ്മാവ് യമുനാദേവിയെ നദിയുടെ രൂപത്തിൽ ഭൂമിയിലേക്ക് അയച്ചത്. ഭൂമിയിലേക്ക് വരുന്നതിന് മുമ്പേ യമുനയുടെ സഹോദരന്മാരായ യമനോടും ധർമജനോടും യമുന പറഞ്ഞു: "എത്ര പാപം ചെയ്ത മനുഷ്യരാണെങ്കിലും യമുനോത്രിയിൽ സ്നാനം ചെയ്താൽ അവർക്ക് പാപത്തിൽനിന്നെല്ലാം മോചനം ലഭിക്കും." മറ്റൊരു ഐതിഹ്യകഥയും അദ്ദേഹം പറഞ്ഞു. "യമുനയ്ക്ക് യമ, സൂര്യ, തന്യ, കാളിന്ദി എന്നീ വിളിപ്പേരുകൾ ഉള്ളതായും ചരിത്രം രേഖപ്പെടുത്തിയിട്ടുണ്ട്. യമുനയുടെ സഹോദരൻ യമൻ ആയതുകൊണ്ട് യമുനോത്രിയിൽ സ്നാനംചെയ്യുന്നവർക്ക് വേദനയില്ലാത്ത ജീവിതാന്ത്യം ഉണ്ടാകും എന്നൊരു വിശ്വാസമുണ്ട്." ഈ ഐതിഹ്യകഥകളും പ്രകൃതിയുടെ വശ്യസൗന്ദര്യവും തമ്മിൽ പൊരുത്തമുള്ളതുപോലെ തോന്നി.

നിർമലമായ ഈ ജലധാര ഇവിടെനിന്നു തുടങ്ങി 1376 കിലോമീറ്റർ ദൂരം സഞ്ചരിച്ച് ദൽഹിയും മധുരയും ആഗ്രയുമെല്ലാം താണ്ടി പ്രയാഗ്‌രാജിൽ (അലഹാബാദ്) വന്ന് ഗംഗയിൽ ലയിച്ച് സായൂജ്യമടയുന്നു എന്ന ഭൂമിശാസ്ത്രവസ്തുത ഒരിക്കൽക്കൂടി ഓർക്കാൻ ഈ ദർശനം പര്യാപ്തമായി.

ഞങ്ങൾ അന്വേഷിച്ചറിഞ്ഞ പുരാതനചരിത്രംകൂടി കുറിക്കട്ടെ. യമുനോത്രീക്ഷേത്രം 1839ൽ തെഹരി രാജാവ് നരേഷ് സുദർശൻ

ഷാ നിര്‍മിച്ചതാണ്. ഒരിക്കലുണ്ടായ ഭൂമികുലുക്കത്തിലും പ്രളയ ത്തിലും ക്ഷേത്രത്തിന്റെ നല്ലൊരു ഭാഗം നശിച്ചുപോയപ്പോള്‍ 1923ല്‍ ജയ്പൂര്‍ മഹാറാണി ഗുലേറിയദേവി ഈ ക്ഷേത്രം പുനര്‍നിര്‍മിച്ചു. ഇപ്പോള്‍ കാണുന്ന ക്ഷേത്രം അതാണ്. ഞങ്ങള്‍ ക്ഷേത്രത്തില്‍ പ്രധാനമായും രണ്ട് പ്രതിഷ്ഠകളാണ് ഉള്ളത് എന്നുകണ്ടു. കറുത്ത ശിലയില്‍ കൊത്തിയ യമുനാദേവിയും യമുനാദേവിയുടെ ഇടതു വശത്തായി വെളുത്ത ശിലയില്‍ത്തീര്‍ത്ത ഗംഗാദേവിയും. ക്ഷേത്ര ഗോപുരം മഞ്ഞയും ചുവപ്പും വര്‍ണങ്ങള്‍കൊണ്ട് ആകര്‍ഷകമാക്കി യിട്ടുണ്ട്.

ക്ഷേത്രത്തിന്റെ മുന്‍ഭാഗത്ത് അല്‍പ്പം താഴെയായി യമുനാനദി അലയിളകിയൊഴുകുന്നു. ചിന്നിച്ചിതറിക്കിടക്കുന്ന ശിലാപാളികള്‍ ക്കിടയിലൂടെ ദിവ്യസംഗീതാത്മകമായും താളബോധത്തോടെയും ഒഴുകുന്ന യമുനാനദിയിലെ ജലം അതിശൈത്യം പകരുന്നതാണ്. മുഖം കഴുകാമെന്നു കരുതി അല്പം ജലം കൈക്കുമ്പിളിലെടുത്ത പ്പോള്‍ത്തന്നെ, തണുപ്പിന്റെ കാഠിന്യം താങ്ങാനാകാതെ കൈ കുടഞ്ഞ് ജലം യമുനയില്‍ത്തന്നെ തിരികെ വീഴ്ത്തി. ക്ഷേത്രത്തിന്റെ പുറകിലായാണ് 'സൂര്യകുണ്ഡ്'. നീരാവി നിര്‍ഗമിച്ചുകൊണ്ട് ഒഴുകി യെത്തുന്ന ഉഷ്ണജലധാര. തിളച്ച് പൊങ്ങുന്ന ജലപ്പരപ്പ് ഞങ്ങള്‍ സ്പഷ്ടമായി കണ്ടു.

സൂര്യകുണ്ഡിന് ചുറ്റും പൂജാരിമാര്‍ (പാണ്ഡെമാര്‍) ഉപവിഷ്ട രായിരിക്കുന്നു. ഞങ്ങള്‍ അവിടെനിന്നു ലഭിച്ച അരി വാങ്ങി ചെറു കിഴിയിലാക്കി പൂജാരിയെ ഏല്‍പ്പിച്ചിട്ട് താഴത്തെ സ്നാന്‍കുണ്ഡില്‍ (കുളിക്കാനുള്ള കുളം) പോകാന്‍ പടിയിറങ്ങി. ദീര്‍ഘചതുരാകൃതി യിലുള്ള, അത്ര വലിപ്പമില്ലാത്തതാണ് സ്നാന്‍കുണ്ഡ്. പുരുഷ ന്മാര്‍ക്കും സ്ത്രീകള്‍ക്കും പ്രത്യേകം പ്രത്യേകം കുളങ്ങളുണ്ട്, കുളി ക്കാന്‍. സൂര്യകുണ്ഡിലെ തിളച്ച വെള്ളവും യമുനയിലെ തണുത്ത വെള്ളവുംകൂടി കലര്‍ന്ന് കുളിക്കാന്‍ പാകത്തിനുള്ള വെള്ളമാണ് സ്നാന്‍കുണ്ഡില്‍. കുളിക്കാന്‍വേണ്ടി കുളത്തിന്റെ പടികളിറങ്ങി, മുട്ടോളം വെള്ളത്തില്‍ അല്‍പ്പനേരം നിന്നശേഷമേ കുളിക്കാവൂ എന്ന് അവിടെ നിന്ന ഒരു പൂജാരി ഓര്‍മിപ്പിച്ചു. അതിന് പ്രത്യേക കാരണമൊന്നും പറഞ്ഞില്ലെങ്കിലും കുളത്തിലെ ചൂടുവെള്ളവുമായി ശരീരം ഒന്ന് പൊരുത്തപ്പെടാന്‍ വേണ്ടിയാണെന്ന് എന്റെ ശാസ്ത്ര വിജ്ഞാനം എന്നെ ഓര്‍മിപ്പിച്ചു.

ഞങ്ങള്‍ കുളി കഴിഞ്ഞ് ഈറന്‍ മാറി യമുനാദേവിയെ തൊഴുതു പ്രാര്‍ത്ഥിച്ച ശേഷം സൂര്യകുണ്ഡിലെത്തിയപ്പോഴേക്കും പൂജാരി നേരത്തെ ഏല്‍പ്പിച്ചിരുന്ന അരി സൂര്യകുണ്ഡിലെ വെള്ളത്തില്‍

മുക്കി പാകപ്പെടുത്തിയ ചോറ് തിരികെത്തന്നു. യമുനോത്രിയിലെ പ്രധാന പ്രസാദമാണിത്. സൂര്യകുണ്ഡിൽ പാകപ്പെടുത്തിയ ആ ചോറ് ദക്ഷിണ കൊടുത്ത് പ്രസാദമായി വാങ്ങി. സൂര്യകുണ്ഡിലെ ചൂടുവെള്ളം പുറത്തേക്ക് വമിക്കുന്ന നീരുറവ തുടങ്ങുന്ന സ്ഥലത്ത് വലിയ ശിലയുണ്ട്. ദിവ്യശില എന്നാണ് ഇത് അറിയപ്പെടുന്നത്.

സ്നാൻകുണ്ഡിലെ സ്നാനവും സൂര്യകുണ്ഡിൽ ഉഷ്ണജലത്തിൽ പാകം ചെയ്ത അന്നനിവേദ്യവും യമുനാദേവീ ക്ഷേത്രദർശനവുമെല്ലാം മനസ്സിൽ ദിവ്യമായ ഒരു പ്രത്യേക ഉന്മേഷം പകർന്നുതന്നു. ആറു കിലോമീറ്റർ ദുർഘടയാത്രയുടെ ക്ഷീണമെല്ലാം വിട്ടുമാറിയിരിക്കുന്നു. സിരകളിൽ അമേയമായ ചൈതന്യപ്രവാഹം പകരുംവണ്ണം ക്ഷേത്രത്തിന് മുന്നിലൂടെ അച്ഛസ്ഫടിക ജലം അഭംഗുരം ഒഴുക്കുന്ന പുണ്യയമുനാനദിയും ക്ഷേത്രത്തിന് പിന്നിലായി ഉഷ്ണജലം ഉള്ളിലേന്തിയ ഉറവയും അഭൗമമായ അനുഭൂതി ഉടലിലുമുയിരിലും നിറച്ചിരിക്കുന്നു. അന്തരീക്ഷത്തിൽ അതിശൈത്യം നിറഞ്ഞുനിൽക്കുന്നു. സമുദ്രനിരപ്പിൽനിന്ന് 3300 മീറ്റർ ഉയരത്തിൽ മഞ്ഞണിഞ്ഞ മലനിരകളാൽ ചുറ്റപ്പെട്ട, ഇത്തരമൊരു ഭൂപ്രദേശം ഭാരതത്തിലല്ലാതെ ലോകത്തിൽ വേറെ എവിടെയെങ്കിലും കാണാനാകുമോ എന്നറിയില്ല. ദൈവികസാന്നിദ്ധ്യത്തിന്റെ പൂർണിമ ഞങ്ങളനുഭവിച്ചറിഞ്ഞപ്പോൾ, സർവ്വസമർപ്പണഭാവത്തിൽ നിമഗ്നമായ മനസ്സിൽനിന്ന് ആ പ്രാർത്ഥനാമന്ത്രണം മന്ദമായ ശബ്ദത്തിൽ പുറത്തുവന്നു. "യമുനാദേവീ, പ്രസീദ, പ്രസീദ, പ്രസീദ."

മടക്കയാത്രയ്ക്കായി നടന്നു പാലം കടന്ന് മുന്നോട്ടുനീങ്ങിയപ്പോൾ, കുതിരക്കാരൻ കുതിരകളുമായി കാത്തുനിൽക്കുന്നുണ്ടായിരുന്നു. ഞാൻ പറഞ്ഞു: "ഞങ്ങൾ അൽപ്പദൂരം നടക്കാം. അതു കഴിഞ്ഞ് മതി കുതിരസവാരി."

ജാനകീചട്ടിയിൽനിന്ന് യമുനോത്രിയിലേക്ക് യാത്ര തിരിച്ചപ്പോൾ മനസ്സ് ചഞ്ചലമായിരുന്നു. ദുർഘടം പിടിച്ച ആറ് കിലോമീറ്റർ മലകയറ്റം എനിക്കും രമയ്ക്കും പൂർത്തിയാക്കാൻ സാധിക്കുമോ? ആദ്യമായി കുതിരപ്പുറത്ത് കയറിയപ്പോൾ വല്ലാത്ത ഒരു അസ്വസ്ഥത ഞങ്ങൾക്ക് അനുഭവപ്പെടുന്നുണ്ടായിരുന്നു. ജീവിതത്തിൽ ആദ്യമായിട്ടാണ് ഞങ്ങളിരുവരും കുതിരസവാരി നടത്തുന്നത്. പക്ഷേ, യമുനോത്രിയിൽ എത്തിയപ്പോൾത്തന്നെ എല്ലാ ക്ഷീണവും ആശങ്കയും അകന്നുപോയി. മാത്രമല്ല, ദിവ്യമായ ഒരു പരിവേഷം ഞങ്ങളെ ചൂഴുന്നതായി തോന്നി. എല്ലാം കണ്ടും അറിഞ്ഞും അനുഭവിച്ചും ഇതാ മടക്കയാത്ര! നടക്കുന്നതിനിടയിൽ രണ്ട് കുതിരക്കാരും അവരുടെ ജീവിതകഥകൾ പറഞ്ഞു.

അമരീന്ദർ എന്നും മദൻ എന്നുമാണ് അവരുടെ പേര്. അമരീന്ദ രാണ് കാര്യങ്ങൾ പറയുന്നത്. അമരീന്ദർ പറയുന്ന കാര്യങ്ങൾ വാസ്തവമാണെന്ന് മദൻ ശരീരഭാഷകൊണ്ട് സമ്മതിക്കും. കുതിര കളായ ബാദലിന്റെയും റാണിയുടെയും ഉടമസ്ഥർ അവരല്ല എന്നും അവർക്ക് തുച്ഛമായ പ്രതിഫലമാണ് ലഭിക്കുന്നതെന്നുമൊക്കെയുള്ള കുടുംബപ്രാരബ്ധചരിത്രം അങ്ങനെ പോകുന്നു. റാണിയെപ്പോലെ ബാദലും വനിതയാണെന്ന് അപ്പോഴാണ് അവർ പറഞ്ഞറിഞ്ഞത്. ഇത്തരം ജോലി ചെയ്യുന്ന അനേകം പേരുടെ കഥകളിൽനിന്ന് വ്യത്യസ്തമായിരുന്നില്ല അമരീന്ദറിന്റെയും മദന്റെയും കഥകൾ. ഏതായാലും കുറെ നടന്ന ശേഷം ഞങ്ങൾ അമരീന്ദറിന്റെ നിർ ബന്ധത്തിന് വഴങ്ങി കുതിരപ്പുറത്ത് അൽപ്പം സഞ്ചരിച്ചു.

വൈകിട്ട് ആറുമണിയോടെ ഞങ്ങൾ ജാനകീഛട്ടിയിൽ എത്തി. കുതിരക്കാരന് പ്രതിഫലം നൽകി. അൽപ്പം തുക അധികം കൊടുത്ത്, ബാദലിനും റാണിക്കും ചന (കടല) വാങ്ങിക്കൊടു ക്കണമെന്നും നിർദേശിച്ചു. അമരീന്ദറും മദനും കൂപ്പുകൈകളോടെ സന്തോഷപൂർവം യാത്രപറഞ്ഞു.

ഞങ്ങൾ ബാർക്കോട്ടിലേക്ക് യാത്രയായി. രാത്രി ഒൻപതുമണി ക്കാണ് ബാർക്കൊട്ടെ കൂടാരത്തിൽ എത്തിയത്. ഇപ്പോൾ വല്ലാത്ത ക്ഷീണമുണ്ട്. കുതിരസവാരി ശരീരത്തിലെ എല്ലാ നാഡീഞരമ്പു കളെയും നോവിച്ചിട്ടുണ്ട്. അപ്പോൾ ഒന്നുമറിഞ്ഞില്ല. റസ്റ്റോറന്റിൽ പോയി, അൽപ്പം കഞ്ഞിയുണ്ടാക്കിത്തരാൻ പറഞ്ഞു. കഞ്ഞി കുടിച്ച ശേഷം കൂടാരത്തിൽ മടങ്ങി എത്തി. നിശയുടെ നിശ്ശബ്ദയാമത്തിൽ ഹിമാലയപർവ്വതനിരകളിൽനിന്നു വീശുന്ന ശീതമാരുതൻ എന്തോ കുസൃതികൾ ഞങ്ങളുടെ കാതുകളിൽ മന്ത്രിച്ചപ്പോൾ, ജീവിതത്തിൽ ആദ്യമായി അനുഭവിച്ച ധന്യനിമിഷങ്ങളുടെ സ്മരണകൾ വീണ്ടും സ്വപ്നത്തിലും തുടരട്ടെ എന്നു പറയുംവിധം ഉറക്കം കണ്ണുകളെ മെല്ലെ തഴുകിയടച്ചു.

ഗംഗോത്രി

യാത്ര തുടങ്ങിയിട്ട് ഇത് നാലാമത്തെ പ്രഭാതമാണ്. തലേദിവസത്തെ യമുനോത്രിയിലെ നടത്തവും കുതിരസവാരിയുമെല്ലാം ശാരീരികമായി വളരെ ക്ഷീണം വരുത്തുന്നതായിരുന്നു. കൂടാരത്തിനുള്ളിലെ സൗമ്യശൈത്യവും കൂടിയായപ്പോൾ സുഖനിദ്രയിൽ ഞങ്ങളാണ്ടുപോയിരുന്നു. പ്രഭാതകിരണങ്ങൾ കൂടാരത്തിന്റെ തൂവെള്ള നിറത്തിലുള്ള കവചം ഭേദിച്ചകത്തെത്തിയപ്പോഴാണ് ഞാൻ ഉറക്കമുണർന്നത്. എന്നാൽ പ്രഭാതകിരണങ്ങൾക്ക് രമയെ ഉണർത്താനായില്ല. കാരണം ക്വിൽറ്റ് (പഞ്ഞിനിറച്ച കമ്പിളിപ്പുതപ്പ്) തലവഴി മൂടിയായിരുന്നു അവളുടെ സുഖസുഷുപ്തി.

എട്ട് മണി കഴിഞ്ഞിരിക്കുന്നു. എണീറ്റ് കാലുറമാറ്റി പാദരക്ഷയും ധരിച്ച് ബാത്ത്റൂമിലേക്ക് പോയി. ചാരിയ ബാത്ത്റൂം കതക് തുറന്ന് മുഖം കഴുകാനായി വാഷ്ബേസിനിലെ ടാപ്പ് തുറന്ന് വെള്ളം കൈയിലെടുത്തതും പെട്ടെന്ന് അതുപോലെ വാഷ്ബേസിനിലേക്ക് ഒഴിച്ചുപോയി. തലേദിവസം യമുനോത്രിയിലെ ജലമെടുത്തപ്പോൾ അനുഭവിച്ചറിഞ്ഞ അതേ അവസ്ഥ, 'ഹൊ, ഐസ് തോൽക്കുന്ന തണുപ്പ്.' ചൂടുവെള്ളത്തിന്റെ ടാപ്പ് തുറന്ന് കുളിയൊഴികെയുള്ള പ്രഭാതകർമങ്ങൾ കഴിച്ച് ബാത്റൂമിൽ നിന്നും പുറത്തുവന്നു. കൂടാരത്തിന്റെ പുറത്തേക്കുള്ള വാതിലിന്റെ സിബ്ബ് മുകളിലേക്ക് വലിച്ച് തുറന്ന് പുറത്തിറങ്ങി ചുറ്റും വീക്ഷിച്ചു.

സൂര്യരശ്മികളുടെ സ്പർശനത്തിൽ രജതകാന്തി ചൊരിയുന്ന പർവ്വതനിരകൾ. മലനിരകളുടെ മുകളിലുള്ള വെണ്മയാർന്ന മഞ്ഞുപാളികളിൽ പ്രഭാതകാന്തി പ്രതിഫലിച്ചപ്പോൾ പ്രകൃതിയുടെ ദർപ്പണമാണതെന്ന് തോന്നി. തണുത്ത കാറ്റിൽ ചാഞ്ചാടുന്ന ചെറുവൃക്ഷങ്ങൾ ദലമർമരമുണർത്തി എന്റെ ശരീരത്തെ പുണരാൻ തുനിഞ്ഞു. പുറത്തിട്ടിരുന്ന പ്ലാസ്റ്റിക് കസേരയിൽ അൽപ്പനേരം ഇരുന്നു. കഴിഞ്ഞ മൂന്നു ദിവസങ്ങളായി ഇന്നോളം അറിഞ്ഞിട്ടില്ലാത്ത എന്റെ ഭാരതത്തെ കാണുകയായിരുന്നു ഞാൻ. സ്വന്തം

മാതൃഭൂമിയുടെ സ്വത്വത്തെ ഇത്രയുംനാൾ കണ്ടെത്താനായില്ലല്ലോ എന്ന ചിന്തയ്ക്ക് വിരാമമിടാൻ കഴിഞ്ഞ ഈ യാത്രയ്ക്ക് പ്രചോദന മേകിയ ദൈവത്തെ നന്ദിപൂർവ്വം സ്മരിച്ചു.

“സാബ്, ചായ്.”

ഹോട്ടൽ ബോയ് ഫ്ളാസ്കിൽ ചായയുമായെത്തി. ആവി പറക്കുന്ന ചായ അയാൾ കപ്പിൽ പകർന്നുതന്നു. ഒരു ചായ കൂടി വേണമെന്ന് അയാളോട് പറഞ്ഞ് രമയെ ഉണർത്താനായി കൂടാരത്തിന്റെ അകത്തേക്ക് കയറി. അവൾ ബാത്റൂമിനുള്ളിലാണ്.

“രമ, ചായ വേണോ?”

“കൊള്ളാം, ഒരു ചൂടുചായ കിട്ടിയിരുന്നെങ്കിൽ എന്ന് ഇപ്പം വിചാരിച്ചതേയുള്ളൂ.” അകത്തുനിന്ന് അവൾ വിളിച്ചുപറഞ്ഞു.

ബോയ് പഞ്ചസാരയിടാത്ത ചായ ഫ്ളാസ്കിൽനിന്നും കപ്പിൽ പകർന്നുവച്ചു.

അൽപ്പനേരം ചായ കൊണ്ടുവന്ന ഹോട്ടൽജീവനക്കാരനുമായി ഹിന്ദിയിൽ സംസാരിച്ചിരുന്നു. അടിസ്ഥാനസൗകര്യക്കുറവുകാരണം എല്ലാ കാര്യത്തിനും ഡെറാഡൂണിൽ പോകണമെന്നും മേയ്, ജൂൺ മാസങ്ങളിൽ മാത്രമാണ് സന്ദർശകരുടെ തിരക്ക് ഉണ്ടാകുക എന്നുമൊക്കെയുള്ള വിവരങ്ങൾ അയാൾ പറഞ്ഞ് മനസ്സിലാക്കി.

“ഞാൻ കുളികഴിഞ്ഞ് തയ്യാറാകുകയാണ്.” രമ വിളിച്ചുപറഞ്ഞു.

ഹോട്ടൽ ജീവനക്കാരനോട് ചായ തന്നതിന് നന്ദി അറിയിച്ച് ചൂടുവെള്ളത്തിൽ കുളി നടത്താനായി ബാത്റൂമിലേക്ക് കടന്നു.

രാവിലെ പത്തുമണിയായിരിക്കുന്നു. ബാർക്കോട്ടിൽനിന്നും ഉത്തരകാശിയിലേക്ക് യാത്രതിരിച്ചു. നല്ല വീതിയുള്ള റോഡ്. രണ്ട് വാഹനങ്ങൾക്ക് യഥേഷ്ടം കടന്നുപോകാനാകുംവിധം വീതിയുണ്ട്. നാഷണൽ ഹൈവേ ആണ് എന്ന് ബോർഡുകളിൽനിന്ന് മനസ്സിലാക്കി. മലനിരകളും അരുവികളും താഴ്വാരങ്ങളിലെ കൃഷിഭൂമിയും ഇടയ്ക്കിടയ്ക്കുള്ള കുറ്റിക്കാടുകളും നിറഞ്ഞ പ്രദേശങ്ങളിലൂടെയാണ് ഉത്തരകാശിയിലേക്കുള്ള യാത്ര. മൂന്നുമണിക്കൂർ കൊണ്ട് ഞങ്ങൾക്ക് ഉത്തരകാശിയിലെത്താം. യാത്രയ്ക്ക് തടസ്സങ്ങൾ ഒന്നും ഉണ്ടായില്ല. ചില സ്ഥലങ്ങളിൽ റോഡിന്റെ അറ്റകുറ്റപ്പണി നടക്കുന്നതൊഴിച്ചാൽ, യാത്ര സുഖകരമായിരുന്നു. ഇളംചൂടുള്ള കാലാവസ്ഥയായതിനാൽ ശൈത്യവസ്ത്രങ്ങളുടെ ആവശ്യം തോന്നിയില്ല. യാത്രയ്ക്കിടയിൽ ഒരു ടാബയിൽനിന്ന് ഉച്ചഭക്ഷണമായി റൊട്ടിയും ടാലും കഴിച്ചു ഞങ്ങൾ ഇതാ. ഉത്തരകാശിയിൽ എത്തിക്കഴിഞ്ഞു.

ഉത്തരകാശി

ഉത്തരാഖണ്ഡ് സംസ്ഥാനത്തിലെ ഒരു ജില്ലയാണ് ഉത്തരകാശി. എന്നാൽ, ഉത്തരകാശിപട്ടണം അത്ര വിശാലമല്ല. മൂന്നുവശവും ഹിമാലയപർവ്വതഭാഗമായ ഹരിമലനിരകളും വാലഖില്യാ, വാരണാവത മലനിരകളും അവയ്ക്കതിരൊരുക്കുന്നു. പിന്നെ ഭാഗീരഥി നദിയും. ഉത്തരകാശിയിൽ നാട്ടുകാരുടെ വാസഗൃഹങ്ങളേക്കാൾ കൂടുതൽ ക്ഷേത്രങ്ങളും ആശ്രമങ്ങളും ഹോട്ടലുകളും അതിഥിമന്ദിരങ്ങളും പിന്നെ അപൂർവ്വം നക്ഷത്രനിലവാരമുള്ള ഹോട്ടലുകളുമാണ് നിറഞ്ഞിരിക്കുന്നത്. ചരിത്രപ്രാധാന്യമുള്ള ഉത്തരകാശിയിലാണ് പ്രസിദ്ധമായ നെഹ്റു പർവ്വതാരോഹണ സ്കൂൾ. ദേശവാസികൾ ഗർവാളിഭാഷയും ഹിന്ദിയുമാണ് സംസാരിക്കുന്നത്. ഉത്തരകാശിയും വാരണാശികാശിക്ക് സമാനമായ പുണ്യസ്ഥലമാണ്. കലിയുഗത്തിൽ വാരണാശികാശി പ്രളയത്തിലും മറ്റു പ്രകൃതിക്ഷോഭത്തിലും നശിക്കുമെന്നും പിന്നെ ഉത്തരകാശി മാത്രമവശേഷിക്കുമെന്നും ഒരു വിശ്വാസമുണ്ടത്രെ. ഉത്തരകാശിയിലെ ശിവക്ഷേത്രത്തെപ്പറ്റി ഒരു ഐതിഹ്യകഥയുണ്ട്.

ജന്മദഗ്നിമഹർഷിയുടെ ഭാര്യയാണ് രേണുക. ഒരിക്കൽ നദിയിൽ നിന്ന് ജലമെടുക്കാൻപോയ രേണുക ജലക്രീഡയിലേർപ്പെട്ടിരിക്കുന്ന കാർത്തവീര്യാർജുനനെയും ഭാര്യമാരെയും കണ്ട് നോക്കിനിന്നുപോയി. വെള്ളം കലങ്ങിക്കിടക്കുന്നതിനാൽ അവിടെനിന്ന് അടുത്ത ശുദ്ധജലതടാകത്തിലേക്കുപോയി. അവിടെ ചിത്രരഥനെന്ന രാജാവും ഭാര്യയും സ്നാനത്തിലേർപ്പെടുന്ന കാഴ്ച രേണുകയിൽ കൗതുകമുണർത്തി. ജലകുംഭവുമായി തിരിച്ചുവന്നപ്പോൾ സമയമേറെ വൈകിയിരുന്നു. ഇതറിഞ്ഞ ജന്മദഗ്നിമഹർഷി അരിശം അടക്കാനാകാതെ തന്റെ മൂത്തമകനോട് അമ്മയുടെ ശിരച്ഛേദം ചെയ്യാൻ നിർദേശിച്ചു. മകൻ അതൊരിക്കലും ചെയ്യില്ല എന്നറിയിച്ചു. മഹർഷി താഴെയുള്ള മൂന്നു പുത്രന്മാരോടും ഈ ആവശ്യം ഉന്നയിച്ചു. നാലു പുത്രന്മാരും ഒഴിഞ്ഞുമാറിയപ്പോൾ, അഞ്ചാമനായ പരശുരാമൻ മുന്നോട്ടുവന്നു. പരശുരാമന് അച്ഛന്റെ നിർദേശം അനുസരിക്കാൻ ഒട്ടും മടിയുണ്ടായില്ല. സന്തുഷ്ടനായ മഹർഷി മകനോട് എന്ത് വരം വേണമെന്ന് ചോദിച്ചു. പരശുരാമൻ അമ്മയ്ക്ക് മാപ്പ് നൽകി പുനർജനിപ്പിക്കണമെന്നാവശ്യപ്പെട്ടു. മഹർഷി പരശുരാമന്റെ ആഗ്രഹം നിറവേറ്റി. അങ്ങനെ പരശുരാമന് അമ്മയെ തിരികെ കിട്ടി. പരശുരാമൻ സമാധാനപരവും സൗമ്യവുമായി ഈ പ്രവൃത്തി നിർവഹിച്ചതുകാരണം, ഉത്തരകാശിക്ക് സൗമ്യകാശിയെന്നും പേരുണ്ട്. ശിവനഗരി എന്ന പേരിലും ഉത്തരകാശി അറിയപ്പെടുന്നുണ്ട്. ഉത്തരകാശിയിലെ വിശ്വനാഥക്ഷേത്രം ഭാരതത്തിലെ

പ്രസിദ്ധമായ ശിവക്ഷേത്രങ്ങളിലൊന്നാണ്. ഇത് വാരണാശികാശിയിലെ ശിവക്ഷേത്രത്തിന് സമാനമാണ്. പരശുരാമസ്വാമിയാണ് ഈ ശിവക്ഷേത്രം നിർമിച്ചതെന്ന് കരുതപ്പെടുന്നു.

വിശ്വനാഥക്ഷേത്രത്തിന് തൊട്ടുമുമ്പിലായി ലക്ഷ്മീദേവിയുടെ ഒരു ക്ഷേത്രവുമുണ്ട്. ശക്തിദേവീക്ഷേത്രമെന്നും ഈ ക്ഷേത്രം അറിയപ്പെടുന്നു. ദുർഗാദേവിയുടെ മറ്റൊരു അവതാരമായിട്ടാണ് ഇവിടത്തെ ദേവിയെ കരുതുന്നത്. ആറ് മീറ്റർ പൊക്കമുള്ള ഒരു ത്രിശൂലം ഈ ക്ഷേത്രത്തിൽ സ്ഥാപിച്ചിട്ടുണ്ട്. ഈ ത്രിശൂലം ദുഷ്ടനിഗ്രഹത്തിനായി ദേവി ഉപയോഗിച്ചതാണെന്ന് പറയപ്പെടുന്നു. ഈ ത്രിശൂലത്തിന്റെ താഴ്ച മനസ്സിലാക്കാൻ ചില മതവിശ്വാസികൾ ശ്രമം നടത്തിയെന്നും പക്ഷേ അവർക്ക് ആശ്രമത്തിൽനിന്ന് പിന്മാറേണ്ടി വന്നുവെന്നും അവിടത്തെ ഒരു സ്വാമി ഒരു ഭക്തനോട് പറയുന്നുണ്ടായിരുന്നു. തിരക്ക് കുറവായതുകൊണ്ട് ഞങ്ങൾക്ക് നന്നായി തൊഴുത് പ്രാർത്ഥിക്കാനായി. വിശ്വനാഥക്ഷേത്രത്തിലെ ഗർഭഗൃഹത്തിനുള്ളിൽ ഭക്തർക്ക് വിലക്ക് ഏർപ്പെടുത്തിയിട്ടില്ല. ചില ഭക്തർ ശിവലിംഗത്തിൽ തൊട്ടു തൊഴുന്നത് കണ്ടു. വിശ്വനാഥക്ഷേത്രത്തിന് ഒരുവശത്താണ് ഹനുമാൻ ക്ഷേത്രം. അവിടെനിന്ന് ഏകദേശം നാനൂറ് മീറ്ററോളം നടന്നാൽ പരശുരാമക്ഷേത്രവും അതിനടുത്തായി അന്നപൂർണ്ണാദേവി ക്ഷേത്രവും ഭൈരവക്ഷേത്രവും ഉണ്ട്. വിശ്വനാഥക്ഷേത്രത്തിൽ തൊഴുത് പുറത്തിറങ്ങിയപ്പോൾ, ഭസ്മധാരികളായ സന്ന്യാസിമാർ വരിവരിയായി ഇരുന്ന് ഭിക്ഷയാചിക്കുന്നതു കണ്ടു. കുറച്ചുപേർക്ക് ഭിക്ഷകൊടുത്തു. പരശുരാമക്ഷേത്രത്തിലെ പൂജാരി ക്ഷേത്രത്തിലെ വിഗ്രഹത്തിന്റെ കാലപ്പഴക്കവും മേന്മയുമെല്ലാം വാതോരാതെ പറഞ്ഞുകൊണ്ടേയിരുന്നു. തീരെ ചെറുതാണ്, ഈ പരശുരാമക്ഷേത്രം.

ഞാൻ നേരത്തേ പരാമർശിച്ചതുപോലെ, ഉത്തരകാശി, ക്ഷേത്രങ്ങളുടെ നാടാണെന്നും ചെറുതും വലുതുമായ മൂന്നൂറിൽ കൂടുതൽ ക്ഷേത്രങ്ങൾ ഉത്തരകാശിയിലുണ്ടായിരുന്നു എന്നും പലതും നശിച്ചുപോകുകയോ നിത്യപൂജയ്ക്ക് വകയില്ലാതായി വിസ്മൃതമാവുകയോ ചെയ്തുവെന്നുമാണ് ഒരു സന്ന്യാസി പറഞ്ഞത്. സന്ന്യാസിമാർ സമാധിക്രിയ പരിശീലനത്തിനായി ഉത്തരകാശിയാണ് തെരഞ്ഞെടുക്കുന്നതത്രെ. ഈ പരിശീലനത്തിനായി പല ഭാഗത്തു നിന്നും സന്ന്യാസിമാർ ഉത്തരകാശിയിലെത്താറുണ്ടെന്നും അദ്ദേഹം പറഞ്ഞു. ഗണേശഭഗവാന്റെ ജന്മസ്ഥലമായി കരുതപ്പെടുന്ന ഡോഡി തടാകം ഉത്തരകാശിക്കടുത്താണ്. ഇവിടെനിന്ന് അവിടേക്ക് നാൽപ്പത് കിലോമീറ്റർ ദൂരമുണ്ട്. അതിൽ ഇരുപത് കിലോമീറ്ററോളം വാഹനസഞ്ചാരയോഗ്യമല്ലാത്തതിനാൽ, നടന്നുവേണം

പോകേണ്ടത്. അസിഗംഗ എന്ന നദിയുടെ ഉത്ഭവം ഡോഡി തടാകത്തിൽനിന്നാണ്.

ഒരിക്കൽ ഡോഡി തടാകത്തിൽ നീരാടാനെത്തിയ പാർവ്വതീ ദേവി മറ്റാരും തടാകത്തിൽ അപ്പോൾ വരാതിരിക്കാൻ, തന്റെ ദിവ്യ ശക്തികൊണ്ട് ഒരു കുമാരനെ സൃഷ്ടിച്ചു. ആ കുമാരനോട് തന്റെ നീരാടൽ കഴിയുന്നതുവരെ മറ്റാരും വരാതെ തടാകത്തിന് കാവൽ നിൽക്കണമെന്ന് നിർദേശിച്ചു. ഈ അവസരത്തിൽ പാർവ്വതീ ദേവിയെ തിരക്കിയെത്തിയ പരമശിവനെ കുമാരൻ തടഞ്ഞു. ഇതിൽ കോപാകുലനായ ശിവൻ, കുമാരന്റെ ശിരച്ഛേദം നടത്തി. ഇതറിഞ്ഞ പാർവ്വതീദേവി വിലപിച്ചുകൊണ്ട് കുമാരൻ തന്റെ മകനാണെന്ന് അറിയിച്ചപ്പോൾ, തെറ്റ് മനസ്സിലാക്കിയ പരമശിവൻ വനത്തിൽ നിന്നും ഒരു ആനക്കുട്ടിയുടെ തല വെട്ടിയെടുത്ത് കുമാരന്റെ ശിരസ്സിൽ പ്രതിഷ്ഠിച്ച് കുമാരന് ജീവൻ നൽകി. അങ്ങനെ പാർവ്വതീ ദേവി സന്തുഷ്ടയായി. 'മത്സ്യപുരാണ'ത്തിലാണ് ഇങ്ങനെയൊരു കഥ കാണുന്നത്. ഈ സംഭവം നടന്ന ഡോഡി തടാകം അങ്ങനെ ഗണേശഭഗവാന്റെ ജന്മസ്ഥലമായി കരുതപ്പെടുന്നു എന്നാണ് ഐതിഹ്യം. ഡോഡി തടാകം കാണാൻ ആഗ്രഹമുണ്ടായിരുന്നെങ്കിലും ഞങ്ങളുടെ ആരോഗ്യപ്രശ്നങ്ങൾ ഇരുപത് കിലോമീറ്റർ ദൂരം യാത്രയ്ക്ക് യോജിച്ചതല്ലാത്തതിനാൽ, പോകാനായില്ല.

ഡെറാഡൂണിൽനിന്ന് യാത്ര തുടങ്ങിയശേഷം മസൂരിയിൽ എ.റ്റി.എം ശാഖകൾ കണ്ടെങ്കിലും ബാർക്കോട്ടോ യമുനോത്രിയിലോ എ.റ്റി.എം കൗണ്ടറുകൾ കണ്ടിരുന്നില്ല. പക്ഷേ ഉത്തരകാശിയിൽ എ.റ്റി.എം ബോർഡുകൾ കണ്ടതായി ഓർമ്മയുണ്ട്. ക്ഷേത്ര ദർശനവും ഉത്തരകാശി ചുറ്റിക്കറങ്ങലുമെല്ലാം കഴിഞ്ഞ് സന്ധ്യാ നേരത്താണ് ഹോട്ടൽമുറിയിലെത്തിയത്. ഈ ഹോട്ടൽ ഭാഗീരഥീ നദിക്കരയിലാണ്. മുറിയിൽ ഇരുന്നു ജനാലയിലൂടെ നോക്കിയപ്പോൾ, ഭാഗീരഥീനദി അഹങ്കാരത്തോടെ ആർത്തുല്ലസിച്ച് ഇരമ്പിപ്പായുന്നതു കണ്ടു. മുറിയുടെ ബാൽക്കണിയിലിരുന്നാലും ഗംഗോത്രിയിൽനിന്നും തിരയിളക്കി പരന്നൊഴുകുന്ന ഭാഗീരഥി ദൃശ്യമാണ്.

അത്താഴത്തിന് റൊട്ടിയും മട്ടർ പനീർക്കറിയുമായിരുന്നു വിഭവങ്ങൾ. വിശപ്പില്ല എങ്കിലും രണ്ട് റൊട്ടി കഴിച്ചു. രമ, അൽപ്പം ചോറും തൈരുമാണ് കഴിച്ചത്. അവൾക്കും ഭക്ഷണം അത്ര ഇഷ്ടപ്പെടുന്നില്ല എന്നെനിക്ക് തോന്നി. മനസ്സില്ലാമനസ്സോടെയായിരുന്നു അവളുടെ ഭക്ഷണം കഴിക്കൽ. രാവിലെ ആറുമണിക്കുതന്നെ ഗംഗോത്രിയിലേക്ക് യാത്ര തിരിക്കാമെന്ന് രാഹുലിനെ ഫോൺ വഴി അറിയിച്ചു. ഭാഗീരഥിയുടെ ഗതിധ്വനി ഉറക്കുപാട്ടുപോലെ മുറിയിൽ ഒഴുകി വന്നെത്തി. അത് ശ്രവിച്ച് ഞങ്ങൾ നിദ്രയിലേക്ക് വഴുതിവീണു.

ഗംഗോത്രിയിലേക്ക്

ഞാനും രമയും കമ്പിളിഷാളും പുതച്ച്, കമ്പിളിത്തൊപ്പിയും ചൂടി ബാൽക്കണിയിൽനിന്ന് നോക്കി. പ്രഭാതസൂര്യകിരണങ്ങൾ ഭാഗീരഥിനദിയെ കനകാഭമാക്കിയിരിക്കുന്നു. പ്രഭാതകൃത്യങ്ങൾ കഴിഞ്ഞ് ഏഴുമണിക്ക് ഗംഗോത്രിയിലേക്ക് യാത്രതിരിച്ചു. ഉത്തര കാശിയിൽനിന്നും ഗംഗോത്രിയിലേക്ക് നൂറ് കിലോമീറ്റർ ദൂരമുണ്ട്. മനസ്സ് ഭാരതപൈതൃകത്തിന്റെ മേന്മ വിളിച്ചോതുന്ന ആ പവിത്ര നദിയുടെ ദിവ്യസ്രോതസ്സ് കാണാനായി തിടുക്കം കൂട്ടി. മറ്റു തടസ്സങ്ങളൊന്നും ഇല്ലെങ്കിൽ മൂന്നു മണിക്കൂർകൊണ്ട് ഗംഗോത്രിയിൽ എത്താനാകുമെന്ന് രാഹുൽ പറഞ്ഞു.

ശൈത്യത്തിന്റെ തിരശ്ശീലയാൽ അർദ്ധസുതാര്യമായ അന്തരീക്ഷം. പല സ്ഥലങ്ങളിലും റോഡിന് വീതി കുറവാണ്. എങ്കിലും തിരക്ക് കുറഞ്ഞ റോഡിലൂടെ കാർ അതിവേഗം സഞ്ചരിച്ചു. ഒരു ഭാഗത്ത് ഉന്നതമായ മലനിരകളും മറുവശത്ത് ഇരമ്പുന്ന ഭാഗീരഥിയും. വിജനമായ പ്രദേശങ്ങൾ കടന്ന് ഗംഗോരി ഗ്രാമത്തിലെത്തിയപ്പോൾ, പ്രഭാതഭക്ഷണത്തിനായി ഒരു ചെറിയ ഡാബയിൽ കയറി. വീടും കടയും ചേർന്ന ആ ചെറിയ കെട്ടിടത്തിനു പുറകിലായി വെൺനുരപ്പൂക്കൾ വാരിയെറിഞ്ഞ് ഭാഗീരഥീനദി കുണുങ്ങിപ്പായുന്നു. ഡാബയുടമയായ അച്ഛൻ റൊട്ടി പരത്തി നൽകിയത് മകൻ ചുട്ടെടുത്തു പാത്രത്തിൽ വിളമ്പി നൽകി. നല്ല സ്വാദിഷ്ഠമായ റൊട്ടിയും കട്ടത്തൈരും അച്ചാറും ഒപ്പം ചൂട് ചായയും. കൈ കഴുകാൻ നേരത്ത് മകൻ വിളിച്ചുപറഞ്ഞു:

"സാബ്, പൈപ്പിലെ വെള്ളം നല്ല തണുപ്പാണ്. ഞാൻ ചൂടുവെള്ളം തരാം."

ശരിയാണ്, വാഷ് ബെയ്സിനിലെ ജലത്തിന് നല്ല തണുപ്പാണ്. അയാൾ നൽകിയ ചൂടുവെള്ളത്തിൽ കൈയും വായും കഴുകി. ഡാബയ്ക്കു പിന്നിൽ നടന്നുചെന്നു. അൽപ്പം നേരം സുന്ദരിയായ ഭാഗീരഥിയെ നോക്കിനിന്നപ്പോൾ, ആ ഡാബയിലെ വൃദ്ധനോട് ഞാൻ പറഞ്ഞു:

"പുണ്യം ചെയ്ത ജനങ്ങളാണ് നിങ്ങൾ."

അതംഗീകരിക്കാൻ വിസമ്മതിച്ച മട്ടിൽ അയാൾ ചിരിച്ചുകൊണ്ട് പ്രതിവചിച്ചു. "സാബ്, എന്ത് പുണ്യം, ഞങ്ങളുടെ ദുരിതം നിങ്ങൾക്കറിയില്ല. ഗംഗാനദിയും പർവ്വതങ്ങളും ക്ഷേത്രങ്ങളും കണ്ടാൽ വയറ് നിറയുമോ?"

അയാളുടെ സംശയനിവൃത്തിക്കുള്ള മറുപടി പറഞ്ഞ് ഒരു ചർച്ചയാക്കാനുള്ള സമയമില്ലാത്തതുകൊണ്ട്, കഴിച്ച ഭക്ഷണത്തിന്റെ

തുകയും കൊടുത്ത്, യാത്ര പറഞ്ഞിറങ്ങി. എങ്കിലും വൃദ്ധൻ സൂചിപ്പിച്ചത് ഒരർത്ഥത്തിൽ ശരിയായ കാര്യങ്ങളാണെന്ന് മനസ്സ് ഓർമ്മിപ്പിച്ചു. ഈ പ്രദേശത്തിന്റെ വ്യത്യസ്തമായ ഭൗമസ്ഥിതിക്കും കാലാവസ്ഥയ്ക്കും അനുസൃതമായ വികസനം ഇനിയും വന്നിട്ടില്ല എന്നതും നിവാസികളുടെ ജീവിതപ്രശ്നങ്ങൾക്ക് വേണ്ടത്ര പരിഹാരം കണ്ടെത്തിയിട്ടില്ല എന്നതും വാസ്തവമാണ്.

കാർ, ഭാഗീരഥീനദിക്ക് സമാന്തരമായി അരികിലൂടെ വളഞ്ഞു തിരിഞ്ഞു പോകുന്ന റോഡിലൂടെ നദിയോട് മത്സരിച്ച് പായുകയാണ്. പ്രഭാതകിരണങ്ങൾ ഉമ്മവച്ചപ്പോൾ തണുപ്പ് ഏതാണ്ട് അകന്നുമാറിത്തുടങ്ങി. പെട്ടെന്ന് മറ്റൊരു വാഹനത്തിന്റെ പിന്നിലായി കാർ നിന്നു.

"ബ്ലോക്കാണെന്ന് തോന്നുന്നു." ഡ്രൈവർ പറഞ്ഞു.

ഞാൻ വിൻഡ് സ്ക്രീനിലൂടെ നോക്കി. ശരിയാണ്. കണ്ണെത്താദൂരംവരെ നിരനിരയായി വാഹനങ്ങൾ നിരത്തിയിട്ടിരിക്കുന്നു. പിന്നിലേക്ക് നോക്കിയപ്പോൾ ഒട്ടനവധി വാഹനങ്ങൾ ഞങ്ങളുടെ കാറിന് പിന്നിലായി നിമിഷനേരം കൊണ്ട് ഒന്നിനുപുറകെ ഒന്നായി സ്ഥാനം പിടിച്ചിരിക്കുന്നു. എന്താണ് മുന്നോട്ട് പോകാനാകാത്ത തടസ്സം എന്നറിയാനായി ഞങ്ങൾ പുറത്തേക്കിറങ്ങി, മുന്നോട്ട് നടന്നു. അതെ, നിരവധി വാഹനങ്ങൾ നിർത്തിയിട്ടിരിക്കുന്നു. സമയം ഒൻപതു കഴിഞ്ഞു. എപ്പോഴാണ് ഇനി യാത്ര തുടരാനാകുക, എന്തായിരിക്കും തടസ്സത്തിനു കാരണം, യാത്ര പുനരാരംഭിക്കാൻ ഏറെ വൈകുമോ ഇങ്ങനെ പല ചിന്തകൾ മനസ്സിൽ ഉരുണ്ടുകൂടി.

മുമ്പിൽ നിൽക്കുന്ന ബസ്സുകളിലും ട്രാവലറുകളിലും വന്ന യാത്രക്കാർ യാതൊരു വ്യാകുലതയുമില്ലാതെ പല ഗ്രൂപ്പുകളായി സൊറ പറഞ്ഞിരിക്കുന്നു. ചിലർ പുറത്തിറങ്ങി ഗ്യാസ് സ്റ്റൗവ്വിൽ പാചകം നടത്തുന്നു. ആകാശത്തെയെത്തിപ്പിടിക്കാൻ വെമ്പുന്നപോലെ, മഞ്ഞിന്റെ വെള്ളത്തൊപ്പിയണിഞ്ഞ മലനിരകൾ ഇരുവശത്തുമുണ്ട്. ഞാൻ മലയിലേക്ക് സൂക്ഷിച്ചുനോക്കി. ഒരു മലയുടെ പാർശ്വത്ത് ചെമ്മരിയാടുകൾ കൂട്ടമായി മേയുന്നു. വീശിയെത്തുന്ന കാറ്റിന് സൂര്യകിരണങ്ങളുടെ ഇളംചൂട് നൽകിയ ഒരു പ്രത്യേക സുഖമുണ്ടായിരുന്നു. തികച്ചും വിജനമായ സ്ഥലം. റോഡരികിലെ ഒരു ഉരുളൻ പാറയിൽ ഞാനിരുന്നു. സമയം പതിനൊന്നായി. വാഹനങ്ങൾ ഓടിത്തുടങ്ങുന്ന ലക്ഷണമില്ല. കരസേനയുടെ യൂണിഫോമിട്ട ഒരു സൈനികൻ ഇങ്ങോട്ടേക്ക് നടന്നുവരുന്നത് കണ്ടു. ചിലപ്പോൾ ഇയാൾക്ക് ഗതാഗത തടസ്സത്തിന്റെ കാരണം പറയാനാകുമെന്ന് കരുതി, വിവരം തിരക്കാൻ ഞാൻ അയാളെ സമീപിച്ചു.

"രണ്ട് കിലോമീറ്റർ അകലെയായി റോഡ് കുറച്ച് താണുപോയി. ഭയപ്പെടാനൊന്നുമില്ല. ഉടനെ ഗതാഗതം പുനരാരംഭിക്കാൻ സാധിക്കും. റോഡ് ഗതാഗതയോഗ്യമാക്കാനുള്ള പണികൾ അവസാനഘട്ടത്തിലാണ്."

സൈനികൻ എന്റെ മനസ്സ് വായിച്ചറിഞ്ഞമാതിരി ഒന്നും അങ്ങോട്ട് ചോദിക്കാതെതന്നെ കാര്യങ്ങൾ വിശദമാക്കി. ഞാൻ വീണ്ടും അൽപ്പദൂരംകൂടി മുന്നോട്ട് നടന്നു. കാറിൽ ഇരുന്നു മടുത്തതല്ലേ, അൽപ്പം നടക്കാമെന്നു കരുതി.

'ആ കാണുന്നതാണ് 'ദ്രൗപദീ കാ ദണ്ഡ'. അവിടെയാണ് സ്വർഗ്ഗത്തിലേക്കുള്ള യാത്രയിൽ ദ്രൗപദി കാലിടറി വീണത്." ആരോ പറഞ്ഞത് ഞാൻ ശ്രദ്ധിച്ചു.

നടത്തം നിർത്തി ഞാൻ പറഞ്ഞയാളെ നോക്കി. ഒരു വൃദ്ധനാണ് അത് പറഞ്ഞത്. കൂടെ ഒരു മദ്ധ്യവയസ്കനുമുണ്ട്. ഞാൻ അടുത്തുചെന്ന് ഭവ്യതയോടെ വിശദമായി കാര്യങ്ങൾ ചോദിച്ചു. മഹാപ്രസ്ഥാനമെന്ന പാണ്ഡവരുടെ സ്വർഗാരോഹണയാത്രയും ദ്രൗപദി വീണ കാര്യവും വിശദമായി പറഞ്ഞു. ദ്രൗപദി വീണ സ്ഥലമായതുകൊണ്ടാണത്രേ ആ മല 'ദ്രൗപദീ കാ ദണ്ഡ' എന്നറിയപ്പെടുന്നതെന്നും പറഞ്ഞു. ഐതിഹ്യങ്ങൾ സ്ഥലനാമങ്ങളായി എത്ര ഭംഗിയായാണ് നിബന്ധിച്ചിരിക്കുന്നത്. സന്തോഷം അടക്കാനായില്ല. കുറച്ചുകൂടെ വീണ്ടും മുന്നോട്ടു നടന്നു. വളരെ ദൂരെയായി കാണുന്ന, ദ്രൗപദി കാലിടറി വീണ ആ മലയെത്തന്നെ നോക്കി നിന്നു. മഹാഭാരതകഥകളിൽ പാണ്ഡവരുടെ അന്ത്യയാത്ര വായിച്ചത് മനസ്സിലൂടെ കടന്നുപോയി. യാത്രാമദ്ധ്യേ ദ്രൗപദി നിലംപതിച്ചപ്പോൾ ഭീമസേനനൊഴികെ മറ്റാരും അവളെ തിരിഞ്ഞുനോക്കിയില്ല, സഹായിക്കാനെത്തിയുമില്ല. കൊടുംകാട്ടിൽ നിസ്സഹായയായി കണ്ണടച്ച് മരണമെത്തുന്ന നിമിഷവും കാത്ത് കിടന്ന സമയത്ത് ഇഴഞ്ഞിഴഞ്ഞവളുടെ അടുത്തെത്തിയ ഭീമസേനൻ, പ്രണയാർദ്രമായ ആ ചോദ്യം ചോദിച്ചതിവിടെവച്ചാണ്.

"പ്രിയേ, ഞാൻ നിനക്ക് എന്താണ് ചെയ്തുതരേണ്ടത്?"

"അടുത്ത ജന്മം, ജ്യേഷ്ഠപാണ്ഡവനായി ജനിക്കണം." ഈ വാക്കുകൾ ദ്രൗപദിയുടെ ചുണ്ടുകളിൽനിന്ന് മന്ദമായിറ്റു വീണു.

വൈകിയാണെങ്കിലും ഭീമസേനന്റെ പ്രണയം തിരിച്ചറിഞ്ഞ ദ്രൗപദിയുടെ മറുപടിയും ഇവിടെ വച്ചായിരുന്നു. ഈ സ്ഥലം വളരെ ദൂരെനിന്നാണെങ്കിലും ദർശിക്കാൻ കഴിഞ്ഞതിൽ മനസ്സ് ധന്യതയിൽ ആറാടി. മഹാഭാരതകഥകൾ, പ്രത്യേകിച്ചും ദ്രൗപദി എന്ന കഥാപാത്രത്തിന്റെ വിവിധ ദൃശ്യങ്ങൾ എന്റെ ചിന്തയിൽ തെളിഞ്ഞു

വന്നു. 'രണ്ടാമൂഴ'ത്തിലെ ദ്രൗപദി, 'ഇനി ഞാൻ ഉറങ്ങട്ടെ'യിലെ ദ്രൗപദി, പ്രതിഭാറായിയുടെ ദ്രൗപദി, സുനിൽ. പി ഇളയിടത്തിന്റെ പ്രഭാഷണങ്ങളിൽ ശ്രവിച്ചറിഞ്ഞ ദ്രൗപദി. ദ്രൗപദിയുടെ ഇത്തരം ലിഖിതവാച്യഭാവങ്ങളൊക്കെ മനോമുകുരത്തിൽ പ്രതിഫലിച്ചപ്പോൾ, സവിശേഷമായൊരനുഭൂതിയിൽ ഞാൻ മുഴുകി. എത്രനേരം അങ്ങനെയിരുന്നു എന്നോർമ്മയില്ല. പെട്ടെന്നുള്ള ഒരാരവം കേട്ടാണ് പരിസരബോധത്തിലെത്തിയത്. ഇതാ, വാഹനങ്ങൾ യാത്ര ആരംഭിച്ചിരിക്കുന്നു. ഡ്രൈവർ ദൂരെ നിന്നും എന്നെ കൈകാണിച്ചു വിളിച്ചു. കാറിലിരുന്നുകൊണ്ട് രമയ്ക്ക് 'ദ്രൗപദീ കാ ദണ്ഡ' കാണിച്ചു കൊടുത്തു. എന്റെ വിവരണം മലയാളത്തിലാണെങ്കിലും, ഡ്രൈവർ പറഞ്ഞു, അതെ അതാണ് 'ദ്രൗപദീ കാ ദണ്ഡ' എന്ന മല. (ഞാൻ ഈ യാത്രാവിവരണം എഴുതുന്നതിനിടയിലാണ് ഒക്ടോബർ മാസം നാലാം തീയതി (04-10-2022) പർവ്വതാരോഹണത്തിന് പോയ നെഹ്റു ഇൻസ്റ്റിറ്റ്യൂട്ട് ഓഫ് മൗണ്ടനേറിംഗിലെ 41 പർവ്വതാരോഹകർ മഞ്ഞുമലയിടിഞ്ഞുവീണ് അപകടത്തിൽ പെട്ടത്, 'ദ്രൗപദീ കാ ദണ്ഡ'യിലാണ് എന്ന വിവരമറിഞ്ഞത്. പലരുടെയും ശവശരീരങ്ങൾ ഇതെഴുതുമ്പോഴും കിട്ടിയിരുന്നില്ല).

ഒരു മണിയായി. ഗംഗോത്രിക്ക്, ഇനി ഏകദേശം അൻപതു കിലോമീറ്റർ കൂടെയുണ്ട്. ഇപ്പോൾ ഞങ്ങൾ 'ഗംഗാനാനി' എന്ന സ്ഥലത്തെത്തി. ഗംഗോത്രിദർശനത്തിന് പോകുന്നവർ ഇവിടെ സ്നാനം ചെയ്യണമെന്നാണ് വിശ്വാസം. കാലാന്തരങ്ങളായി ചൂടുവെള്ളം വമിക്കുന്ന നീരുറവകളുണ്ട്. 'തപ്തകുണ്ഡ്' എന്നും ഈ നീരുറവകൾ അറിയപ്പെടുന്നുണ്ട്. ചൂട് ആവി പറക്കുന്ന വെള്ളം വരുന്ന നീരുറവകളാണ് ഇതെല്ലാം. ഗംഗോത്രിയിൽ പോകുന്നവർ ഇവിടെ കുളിച്ച് ദേഹശുദ്ധി വരുത്തണമെന്നാണ് വിശ്വാസം. പുരുഷന്മാർക്കും സ്ത്രീകൾക്കും കുളിക്കാനായി പ്രത്യേക കുളങ്ങളുണ്ട്. ചെറിയ ക്ഷേത്രങ്ങളും ധാരാളം സന്ന്യാസിമാരെയും ഇവിടെ കാണാം.

നല്ല തണുപ്പാണെങ്കിലും ആചാരാനുഷ്ഠാനങ്ങൾക്ക് വിഘ്നം വരുത്തേണ്ട എന്ന് കരുതി, ഞാൻ കുളിച്ച് വസ്ത്രം മാറി. യമുനോത്രിയിലെ സ്നാൻകുണ്ഡ് പോലെതന്നെ നല്ല ചൂട് വെള്ളം. മുങ്ങിക്കുളിക്കാനുള്ള സൗകര്യമുണ്ട്. സ്ത്രീകളുടെ കുളിസ്ഥലം മറ്റുള്ളവർക്ക് കാണാനാകാത്തവിധം മറച്ചിട്ടുണ്ട്. വനിതാ പൊലീസും മറ്റു സൗകര്യങ്ങളും ഉണ്ടെന്ന് കുളികഴിഞ്ഞുവന്ന രമ പറഞ്ഞു. പരാശരമഹർഷി തപസ്സനുഷ്ഠിച്ചത് ഗംഗാനാനിയിലാണെന്നും പറയപ്പെടുന്നുണ്ട്. ഞങ്ങൾ ക്ഷേത്രദർശനം കഴിഞ്ഞ് മുന്നോട്ടുള്ള

യാത്ര തുടങ്ങി. സംഗീതാത്മകമായി ഒഴുകുന്ന ഭാഗീരഥീനദിക്ക് ഒപ്പമാണ് യാത്ര. കുറെദൂരം സൈനികപ്രദേശത്തു കൂടെയാണ് യാത്ര ചെയ്യുന്നത്. ലഘുവായ തടസ്സങ്ങൾ ഉണ്ടായെങ്കിലും മൂന്നുമണിക്ക് ഗംഗോത്രിയിലെത്തി.

ഗംഗോത്രി ക്ഷേത്രം

ഗംഗോത്രിക്ഷേത്രത്തിന് അൽപ്പം അകലെവരെ മാത്രമേ വാഹനങ്ങൾക്ക് പ്രവേശിക്കാൻ അനുവാദമുള്ളൂ. ഡ്രൈവർ ഞങ്ങളെ ഇറക്കിയിട്ട് പാർക്കിംഗ് ഗ്രൗണ്ടിലേക്ക് പോയി. നല്ല ആൾത്തിരക്കുണ്ട്. പല സ്ഥലത്തും തെരുവുവാണിഭക്കാരെ കാണാം. അൽപ്പം നടന്നപ്പോഴാണ് റോഡിനിരുവശവും തിങ്ങിനിറഞ്ഞ കടകൾ കണ്ടത്. എല്ലാ കടകളിലും ഗംഗാതീർത്ഥം കൊണ്ടുപോകുവാനുള്ള വലുതും ചെറുതുമായ വിവിധയിനം, പ്ലാസ്റ്റിക്, ലോഹ സംഭരണികൾ വിൽപ്പനയ്ക്ക് നിരത്തിയിട്ടുണ്ട്. മടങ്ങിപ്പോകുന്ന ഒട്ടുമിക്കപേരുടെയും കയ്യിൽ ഗംഗാതീർത്ഥം നിറച്ച അത്തരം പാത്രങ്ങൾ കണ്ടു.

"നമുക്കും ഒരു സംഭരണി വാങ്ങിയാലോ?" രമ ചോദിച്ചു.

ഞാൻ ഒരു ലിറ്റർ തീർത്ഥം കൊള്ളുന്ന അലുമിനിയം സംഭരണി വാങ്ങി. ഒരു റസ്റ്റോറന്റിൽ കയറി ചപ്പാത്തിയും കറിയും കഴിച്ചു. പ്രാതലിനുശേഷം ഒന്നും കഴിച്ചിരുന്നില്ല. ഗംഗോത്രിയിലെത്താനുള്ള വെമ്പൽകാരണം വിശപ്പ് മറന്നുപോയിരുന്നു. ആഹാരശേഷം തിരക്കിനിടയിലൂടെ നടന്ന് ഗംഗോത്രിക്ഷേത്രത്തിനടുത്തെത്തി. പരിശുദ്ധമായ, വെള്ളനിറത്തിലുള്ള ഒരു കൊച്ചുക്ഷേത്രമാണത്. സൂര്യപ്രകാശത്തിൽ ക്ഷേത്രത്തിന് നല്ല ശോഭയുള്ളതായി തോന്നി. വെയിലിന് കനം വച്ചപ്പോൾ തണുപ്പ് വഴിമാറിപ്പോയി.

ക്ഷേത്രത്തിന് തൊട്ടുതാഴെയായി ഭാഗീരഥി ഹുങ്കാരത്തോടെ പുളച്ചൊഴുകുന്നു. അകലെനിന്ന് നോക്കിയപ്പോൾ, ക്ഷേത്രവും ഭാഗീരഥിയും ഒരുപോലെ സൂര്യതേജസ്സിൽ രജതശോഭാവൃതമായി കാണപ്പെട്ടു. പ്രാർത്ഥനാനിരതമായ മനസ്സോടെ ഞാനും രമയും ഗംഗോത്രി ക്ഷേത്രത്തെ ലക്ഷ്യമാക്കി നടന്നു. നല്ല തിരക്കുണ്ട്. ഗംഗാനദി ഭാരതീയർക്ക് വെറും ഒരു നദി അല്ല. ഭാരതസംസ്കാരത്തിൽ അവിഭാജ്യമായി അലിഞ്ഞു ചേർന്നിരിക്കുന്ന നദിയാണ് ഗംഗ. ഹൈന്ദവസംസ്കാരത്തിൽ വിശ്വസിക്കുന്ന ഓരോ വ്യക്തിയും ജീവിതകാലത്തിനിടയിൽ പലവുരു ഗംഗയെന്ന നാമം ഉച്ചരിക്കാതിരിക്കില്ല. മനസ്സുകൊണ്ടോ സാന്നിദ്ധ്യം കൊണ്ടോ ഈ നദിയെ വണങ്ങാത്ത ഒരു വിശ്വാസിയും ഉണ്ടാകില്ല. ഹിന്ദുക്കളിൽ മന്ത്രോച്ചാരണത്തിലൂടെ, ഗംഗ ദൈവികത ഉണർത്തി സർവ്വരേയും

ധന്യചിത്തരാക്കുന്നുണ്ട്. ഇത്രയും അനുഗ്രഹപ്രദായിനിയായ മറ്റു ഒരു നദിയും ലോകത്തുണ്ടാവില്ലതന്നെ.

ഞങ്ങൾ ക്ഷേത്രത്തിന് മുന്നിലെത്തി. ദർശനത്തിന് ഭക്തരുടെ നീണ്ട നിര വളഞ്ഞുതിരിഞ്ഞു പോകുന്നു. ഈ വരിയുടെ ഭാഗമായാൽ, ദർശനത്തിന് ഏറെ താമസം വരും. ഞങ്ങൾ ക്ഷേത്ര ഓഫീസിലേക്ക് നടന്നു. അവിടെ കണ്ട ഒരു ഉദ്യോഗസ്ഥനോട് ഞാൻ ഒരു റിട്ടയേർഡ് വായുസേനാ ഉദ്യോഗസ്ഥനാണെന്ന് പറഞ്ഞു പരിചയപ്പെടുത്തി. കൂടാതെ ഭാരതത്തിന്റെ തെക്കേ അറ്റത്തു നിന്നാണ് വരുന്നതെന്നും അറിയിച്ചു. ദർശനത്തിനുള്ള സ്പെഷ്യൽ പാസിന് ഒരാൾക്ക് ആയിരം രൂപയാണത്രെ നിരക്ക്. എന്നാൽ, വിമുക്തഭടൻ ആയതുകൊണ്ട് അൻപതു ശതമാനം ഇളവുണ്ടെന്ന് പറഞ്ഞു.

ആയിരം രൂപ കൊടുത്ത് രണ്ട് സ്പെഷ്യൽ ദർശന പാസ് വാങ്ങി, ശ്രീകോവിലിനു മുന്നിലെത്തി. ഗംഗാദേവിയുടെ വിഗ്രഹം കൂടാതെ മറ്റുചില ഉപദേവതാപ്രതിഷ്ഠകളും കണ്ടു. പ്രസാദം തന്ന ശാന്തിക്കാരൻ തിരുമേനിയോട് ചോദിച്ചപ്പോൾ അദ്ദേഹം 'ലക്ഷ്മി, സരസ്വതി' എന്ന് പറഞ്ഞു. അത് മുഴുമിപ്പിക്കുന്നതിനുമുമ്പേ ഉദ്യോഗസ്ഥർ എന്നെ തള്ളിമാറ്റി. അത്രയ്ക്ക് തിരക്കുണ്ട്. ഏതായാലും ആദ്യമേതന്നെ പ്രസാദം വാങ്ങി പ്രാർത്ഥിച്ചതുകൊണ്ട് വിഷമം തോന്നിയില്ല. പക്ഷേ യാത്രയ്ക്കുമുമ്പ് വായിച്ച ചില പുസ്തകങ്ങളിൽനിന്ന് ഭാഗീരഥി, യമുന, അന്നപൂർണേശ്വരി തുടങ്ങിയ പ്രതിഷ്ഠകളും ഗംഗാദേവീക്ഷേത്രത്തിലുണ്ടെന്ന് മനസ്സിലായിരുന്നു. പതിനെട്ടാം നൂറ്റാണ്ടിൽ ഗുർഖാപട്ടാള മേധാവിയായിരുന്ന അമർസിംഗ് ധാപ്പാ പണികഴിപ്പിച്ചതാണത്രേ, ഇപ്പോൾ കാണുന്ന ഈ ഗംഗാദേവീക്ഷേത്രം.

മേയ് മാസം മുതൽ ദീപാവലിവരെ മാത്രമേ ഇവിടെ പൂജയും ആരാധനയുമുള്ളൂ. പിന്നീടുള്ള ഏകദേശം ആറുമാസക്കാലം 'മുഖ്ബാ' എന്ന ഗ്രാമത്തിലെ ക്ഷേത്രത്തിലേക്ക് ഗംഗാദേവീവിഗ്രഹം മാറ്റും. പിന്നെ പൂജാദികർമങ്ങൾ അവിടെയാണ് നടക്കുന്നത്. അതികഠിനമായ ശൈത്യം കാരണമാണ് ഈ നടപടിക്രമങ്ങൾ സ്വീകരിച്ചത്. തിരക്കിനിടയിലൂടെ രമയുടെ കൈപിടിച്ച് ഭാഗീരഥീനദിയിലേക്കുള്ള പടവുകൾ ഇറങ്ങി. നദി മദയാനയെപ്പോലെ ചിന്നം വിളിച്ച് പായുകയാണ്. ശക്തിയായ ഒഴുക്കുണ്ട്. നദിയിലേക്കിറങ്ങാൻ വീതിയുള്ള കൽപ്പടവുകളാണ് നിർമ്മിച്ചിരിക്കുന്നത്. കൂടാതെ ആവശ്യത്തിലധികം സ്റ്റീൽ ചങ്ങലകൾ ബലമുള്ള ഇരുമ്പുതൂണുകളിൽ ബന്ധിച്ച് സ്നാനം ചെയ്യുന്നവർക്കായി സുരക്ഷാവലയം സൃഷ്ടിച്ചിട്ടുണ്ട്.

മുങ്ങിക്കുളിക്കുന്നവർ ഈ ചങ്ങലകളിൽ പിടിക്കുന്നതും കൂടുതൽ സുരക്ഷിതത്വം നൽകും. അത്രയ്ക്ക് ശക്തിയായ പ്രവാഹമാണ്. മഞ്ഞിൻകട്ടയെ വെല്ലുന്ന തണുപ്പ്! പക്ഷേ പ്രായ,ലിംഗഭേദമന്യേ എല്ലാപേരും സ്നാനം ചെയ്ത് പാപങ്ങളിൽനിന്ന് സ്വയം വിമോചിതരായി ധന്യത പൂകുന്ന കാഴ്ച കൗതുകപൂർവ്വം ഞങ്ങൾ നോക്കി നിന്നു. ഭാഗീരഥിയുടെ, കുളിരുപകരുന്ന ചെറുതിരകൾ പടിക്കെട്ടിൽനിന്ന ഞങ്ങളുടെ പാദങ്ങളെ തഴുകിയൊഴുകിപ്പോയപ്പോൾ അവാച്യമായൊരനുഭൂതി ഉള്ളിലെങ്ങോ നിന്നാവിർഭവിച്ചതായി തോന്നി. ദേവി, ഞങ്ങളുടെ സാന്നിധ്യം മനസ്സിലാക്കിയെന്ന് ഓളങ്ങളിലൂടെ അറിയിക്കുകയായിരുന്നുവോ?

സ്വർഗഗംഗയുടെ ധരണീപ്രവേശം

സൂര്യവംശരാജാവായ സാഗരന്റെ അശ്വമേധം മുടക്കുന്നതിനായി ദേവേന്ദ്രൻ, അദ്ദേഹത്തിന്റെ യാഗാശ്വങ്ങളെ മോഷ്ടിച്ച് കപില മഹർഷിയുടെ ആശ്രമത്തിൽ ഒളിപ്പിച്ചു. സാഗരന്റെ അറുപതിനായിരം പുത്രന്മാർ അശ്വങ്ങളെ തിരക്കി നാനാഭാഗത്തും അലഞ്ഞു നടന്നു. എത്ര തിരക്കിയിട്ടും അശ്വങ്ങളെ കാണാതായപ്പോൾ, കോപിഷ്ഠരായ പുത്രന്മാർ മുമ്പിൽ കണ്ടതെല്ലാം തച്ചുടച്ച് പല നാശനഷ്ടങ്ങളും വരുത്തി സഞ്ചരിച്ചു. ഒടുവിൽ കപിലമഹർഷിയുടെ ആശ്രമത്തിൽ അവർ കുതിരകളെ കണ്ടെത്തി. കപിലമഹർഷിയാണ് മോഷ്ടിച്ചതെന്ന് തെറ്റിദ്ധരിച്ച് അവർ ആശ്രമം അഗ്നിക്കിരയാക്കി. ഇതു കണ്ട കപിലമഹർഷിയുടെ കോപാഗ്നിയിൽ സാഗരപുത്രന്മാർ ദഹിച്ച് വെണ്ണീറായി.

പുത്രന്മാരെ കാണാതായ സാഗരൻ, ചെറുമകനായ അംശുമാനെ അവരെ തിരക്കാനായി അയച്ചു. യാഥാർത്ഥ്യം മനസ്സിലാക്കിയ അംശുമാൻ സാഗരപുത്രന്മാരെ പുനരുജ്ജീവിപ്പിക്കണമെന്ന് കപില മഹർഷിയോട് അപേക്ഷിച്ചെങ്കിലും മഹർഷിയുടെ കോപം അപ്പോഴും ശമിച്ചിരുന്നില്ല. കപിലമഹർഷി കനിയുന്നില്ല എന്ന് മനസ്സിലാക്കിയ അംശുമാൻ, മരിച്ചുപോയവരെ സ്വർഗ്ഗത്തിൽ എത്തിക്കണമെന്ന് അപേക്ഷിച്ചു. അംശുമാന്റെ ദുഃഖം മനസ്സിലാക്കിയ കപിലമഹർഷി പറഞ്ഞു: “സ്വർഗത്തിലൊഴുകുന്ന ഗംഗാനദിയെ ഭൂമിയിലെത്തിച്ച് ഗംഗാജലംകൊണ്ട് മരണാനന്തരചടങ്ങുകൾ ചെയ്താൽ അവർ സ്വർഗാരോഹണപ്രാപ്തരാകും.” അംശുമാൻ അദ്ദേഹത്തിന്റെ മരണംവരെ ശ്രമം നടത്തിയിട്ടും ഗംഗാദേവിയെ ഭൂമിയിൽ കൊണ്ടുവരാനായില്ല.

അംശുമാന്റെ മകൻ ദിലീപന്റെ മകൻ ഭഗീരഥൻ രാജാവായ ശേഷം നടത്തിയ പരിശ്രമത്തിലാണ് ഫലം കണ്ടത്. ഭഗീരഥന്റെ

വർഷങ്ങൾ നീണ്ട ഘോരതപസ്സിൽ സംപ്രീതയായി ഗംഗാദേവി പ്രത്യക്ഷപ്പെട്ടു. ഭഗീരഥൻ ഗംഗാദേവിയോട് ധരണിയിലേക്ക് ഒഴുകണമെന്നപേക്ഷിച്ചു. സ്വർഗത്തിൽനിന്നും ഭൂമിയിലേക്ക് ഒഴുകാൻ താൻ തയ്യാറാണെന്നും ഭൂമിയിലേക്കുള്ള തന്റെ പതനത്തിന്റെ ആഘാതം വളരെ വലുതായതിനാൽ, ഭൂമിയിൽ സർവ്വനാശം ഉണ്ടാകുമെന്നും അതുകൊണ്ട് ഈ ആഘാതം എങ്ങനെ തടയുമെന്ന് കണ്ടെത്തിയാൽ മാത്രമേ, തനിക്ക് ഭൂമിയിലെത്താനാകൂവെന്നും ഗംഗാദേവി അറിയിച്ചു.

ഭഗീരഥൻ വിഷമത്തിലായി. എന്താണ് പോംവഴിയെന്നു ദീർഘനാളാലോചിച്ച്, അവസാനം പ്രശ്നപരിഹാരത്തിനായി ഭഗവാൻ പരമശിവനെ തപസ്സനുഷ്ഠിക്കാൻ നിശ്ചയിച്ചു. അങ്ങനെ ഘോരതപസ്സിന്റെ ശക്തികൊണ്ട് ഭഗവാൻ ശിവൻ പ്രത്യക്ഷപ്പെടുകയും ഗംഗ ഭൂമിയിൽ പതിക്കുമ്പോൾ, തന്റെ ജടാമകുടത്തിൽ ഗംഗാദേവിയെ സ്വീകരിക്കാമെന്നും മറ്റ് നാശനഷ്ടങ്ങൾ ഉണ്ടാകാതെ നോക്കാമെന്നും ഭഗീരഥന് പരമശിവൻ വാക്ക് കൊടുത്തു. അങ്ങനെ സ്വർഗത്തിൽനിന്നുള്ള ഗംഗയുടെ ഭൂമിയിലേക്കുള്ള പ്രവാഹത്തെ, ഭഗവാൻ ശിവൻ തന്റെ ജട അഴിച്ചിട്ട് അതിനുള്ളിൽ ഒതുക്കി ബന്ധിച്ച് പുറത്തുപോകാതെ സംരക്ഷിച്ചു.

ജടയിൽ അപ്രത്യക്ഷമായ ഗംഗയെ പുറത്തെത്തിക്കാൻ ഭഗീരഥൻ വീണ്ടും ശിവനെ തപസ്സു ചെയ്തു. പിന്നെ തന്റെ ജടയിൽനിന്നും ഭഗവാൻ ഗംഗയെ ഭൂമിയിലേക്ക് ഒഴുക്കി. അങ്ങനെ ഭൂമിയിലേക്ക് ശക്തിയായി ഒഴുകിയെത്തിയ ഗംഗാജലത്തിൽ, ജഹ്നുമുനിയുടെ ആശ്രമം തകർന്നൊലിച്ചുപോയി. കോപിഷ്ഠനായ ജഹ്നുമുനി ഗംഗയെ കൈക്കുമ്പിളിലാക്കി കുടിച്ചുകളഞ്ഞു. നിരാശനായ ഭഗീരഥൻ വർഷങ്ങൾ നീണ്ട തപസ്സു ചെയ്ത് ജഹ്നുമുനിയെ പ്രസാദിപ്പിച്ചു. ഗംഗയെ അദ്ദേഹം കർണ്ണങ്ങളിലൂടെ പുറത്തേക്കൊഴുക്കി നൽകി. അന്നു മുതലാണ് ഗംഗയ്ക്ക് ജാഹ്നവി എന്ന പേരുണ്ടായത്.

നിരന്തരമായ തടസ്സങ്ങളുണ്ടായിട്ടും ഭഗ്നാശനാകാതെ ഗംഗയ്ക്കുവേണ്ടി ഭഗീരഥൻ കഠിനപ്രയത്നംതന്നെയാണ് നടത്തിയത്. അവസാനം ഭഗീരഥൻ തന്റെ മുൻതലമുറക്കാർക്ക് മരണാനന്തര കർമ്മങ്ങൾ ചെയ്ത് അവർക്ക് സ്വർഗപ്രാപ്തി നൽകി. ഇതാണ് പുരാണ ഐതിഹ്യം. ഇത്രയും കഠിന പ്രയത്നത്തിലൂടെയാണ് ഭഗീരഥൻ ഗംഗയെ ഭൂമിയിൽ എത്തിച്ചത്. ഇക്കഥയാണ് 'ഭഗീരഥ പ്രയത്നം' എന്ന ശൈലിക്ക് നിദാനമായത്.

"പണ്ടൊരു ഭഗീരഥൻ ദിവ്യമാം തപശ്ശക്തികൊണ്ടു

വാനവഗംഗ മണ്ണിലേക്കൊഴുക്കിപോൽ" എന്ന വെണ്ണിക്കുളത്തിന്റെ വരികൾ ഓർമയിലെത്തുന്നു.

ഞങ്ങൾ ഇപ്പോൾ നദിക്കരയിലുള്ള ദിവ്യമായ ഭഗീരഥപ്പാറയ്ക്കടുത്തെത്തി. ഭഗീരഥന്റെ കാൽപ്പാടു പതിഞ്ഞ പാറയെ കുറേയേറെ നേരം നോക്കിനിന്നു. സൂര്യഭഗവാന്റെ സുവർണരഥം മലനിരകൾക്ക് അപ്പുറത്തേക്ക് സഞ്ചരിക്കാൻ സജ്ജമാകുകയാണ്. മൊബൈൽ ഫോണിൽ നല്ല റേഞ്ചുണ്ടായിരുന്നതുകൊണ്ട് ഗംഗോത്രിയെക്കുറിച്ച് ഒരു എഫ് ബി ലൈവ് നൽകി. തിരികെ പോകാൻ നേരമായെന്ന് രമ ഓർമിപ്പിച്ചു. തോളിൽ തൂക്കിയിരുന്ന ചെറു ബാഗിൽനിന്ന് ഗംഗാജലം സംഭരിക്കാൻ വാങ്ങിയ കുപ്പിയെടുത്ത് ഗംഗാദേവിയെയും പിതൃക്കളെയും മനസ്സിൽ ധ്യാനിച്ച് നദിയിലേക്കുള്ള പടവുകളിൽ ഇറങ്ങി ഒരു കൈ ചങ്ങലയിൽ പിടിച്ചു സുരക്ഷിതത്വം ഉറപ്പുവരുത്തിയശേഷം ഗംഗാതീർത്ഥം കുപ്പിയിൽ നിറച്ചു. മറ്റു ഉപദേവതാപ്രതിഷ്ഠകളിലും വണങ്ങി.

മടക്കയാത്രയ്ക്ക് തയ്യാറെടുത്തു. ഗംഗയെ ഭാരതത്തിന് സമ്മാനിച്ച ആ ഭഗീരഥരാജനെ മനസ്സുകൊണ്ട് ഒന്നുകൂടി നമിച്ചു. പടവുകൾ കയറി, ക്ഷേത്രമുറ്റത്തെത്തി. തൂവെള്ളക്ഷേത്രം സന്ധ്യയുടെ ശോഭയിൽ ഓറഞ്ചുവർണത്തിൽ അതിമനോഹരമായി കാണപ്പെട്ടു. വീണ്ടും ഒരിക്കൽക്കൂടി ക്ഷേത്രമുറ്റത്തുനിന്ന് ഞങ്ങൾ പ്രാർത്ഥിച്ചു. അപ്പോഴും തിരക്ക് കുറഞ്ഞിരുന്നില്ല. ഗാംഭീര്യത്തോടെ ഒഴുകുന്ന ഗംഗോത്രിയിലെ ഭാഗീരഥിക്ക്, യമുനോത്രിയിലെ യമുനയുടെ നൈർമല്യം ഇല്ലെന്ന് തോന്നി. യമുനോത്രിയിൽ യമുനാനദിക്ക് ബാഷ്പോപമം ശുദ്ധതയും തെളിമയും ഉണ്ടായിരുന്നു. പക്ഷേ ഭാഗീരഥിക്ക് അത്രയ്ക്ക് തെളിമ പോരാ. ഭാഗീരഥി ഗംഗയാകുന്നത് ദേവപ്രയാഗിൽ വച്ചാണ്; ഗംഗ പൂർണത കൈവരിക്കുന്നത് അഞ്ചു സംഗമങ്ങളിലൂടെയാണ്. പഞ്ചപ്രയാഗ് എന്നാണ് ഈ അഞ്ച് സംഗമങ്ങളെ അറിയപ്പെടുന്നത്. ഈ അഞ്ച് സംഗമസ്ഥാനങ്ങളെയും പുണ്യസ്ഥലങ്ങളായിട്ടാണ് കരുതുന്നത്. ഓരോ സംഗമസ്ഥലത്തും ക്ഷേത്രവും പൂജയും ഭക്തിയും പ്രാർത്ഥനയും നിറഞ്ഞ അന്തരീക്ഷമുണ്ടെന്നു കാണാം. ചാർധാം യാത്രയിൽ അൽപ്പം വഴിമാറി സഞ്ചരിച്ചാൽ താൽപ്പര്യമുള്ളവർക്ക് ഈ അഞ്ച് സംഗമസ്ഥാനങ്ങളും ദർശിക്കാം.

ആദ്യത്തേത് വിഷ്ണുപ്രയാഗ് ഇവിടെ ധൗളിഗംഗാനദിയും അളകനന്ദാനദിയും സംഗമിച്ച് അളകനന്ദയായി മുന്നോട്ട് ഒഴുകുന്നു. ഈ പുണ്യസ്ഥലം ബദരിനാഥ് യാത്രയ്ക്കിടയിൽ ജോഷി മഠത്തിനടുത്തായി കാണാം. അടുത്തത് നന്ദ്പ്രയാഗ് ഇവിടെ അളകനന്ദാനദിയും നന്ദാകിനി നദിയും സന്ധിക്കുന്നു. മൂന്നാമത് കർണ്ണപ്രയാഗാണ്. ഇവിടെ അളകനന്ദയും പിണ്ഡാർ നദിയും യോജിക്കുന്നു. പിന്നീടങ്ങോട്ടുള്ള പ്രയാണം അളകനന്ദയായിട്ടാണ്. അടുത്ത് രുദ്രപ്രയാഗ് ഇവിടെ അളകനന്ദയും മന്ദാകിനീനദിയും ഒന്നുചേർന്ന്,

അളകനന്ദയായി മുന്നോട്ട് ഒഴുകുന്നു. രുദ്രപ്രയാഗിലെ ശിവക്ഷേത്രം വളരെ പ്രസിദ്ധമാണ്. പഞ്ച് പ്രയാഗിൽ അവസാനത്തേതാണ് ദേവ് പ്രയാഗ്. ഇവിടെ അളകനന്ദയും ഭാഗീരഥിയും സംഗമിക്കുന്നു. പിന്നീടങ്ങോട്ടുള്ള പ്രയാണം 'ഗംഗ' എന്ന നാമത്തിലാണ്. ഉത്തർ പ്രദേശിലെ പ്രയാഗ്‌രാജിൽ വച്ച് യമുനാനദിയും ഗംഗയിൽ നിർ ലീനമാകുന്നു. പ്രയാഗ്‌രാജിൽ പാതാളമാർഗ്ഗത്തിലൂടെ സഞ്ചരിച്ച് സരസ്വതീനദിയും ഗംഗയിൽ ലയിക്കുന്നു എന്നൊരു വിശ്വാസവും നിലനിൽക്കുന്നുണ്ട്. ഇരുട്ടിന് വെളിച്ചം വഴിമാറിയിരിക്കുന്നു. ഗംഗോത്രി വൈദ്യുതിദീപങ്ങളാൽ പ്രശോഭിച്ചു. ഞങ്ങൾ നടന്ന് പാർക്കിംഗ് സ്ഥലത്തെത്തി. അവിടെ രാഹുൽ കാത്തുനിൽക്കു ന്നുണ്ട്. കാവിധാരികളായ നാലുപേർ ഗോമുഖിലേക്കുള്ള യാത്രയെ ക്കുറിച്ച് സംസാരിക്കുന്നതുകേട്ട് അൽപ്പനേരം ഞങ്ങൾ അവിടെ നിന്നു.

ഗോമുഖ്

ഒരു കാര്യം വ്യക്തമാണ്. ഗോമുഖ് കാണാതെ ഗംഗോത്രി യാത്ര പൂർണമാകില്ല. ഈ യാത്രയ്ക്ക് തയ്യാറെടുക്കുന്നതിനുമുമ്പ് വായിച്ച പല പുസ്തകങ്ങളിൽ നിന്നും ഇക്കാര്യം വ്യക്തമായിരുന്നു. പക്ഷേ പത്തൊൻപത് കിലോമീറ്റർ കാൽനടയായി സഞ്ചരിക്കുക അത്ര എളുപ്പവുമല്ല. വ്യക്തമായ വഴികളില്ലാത്തതും സുരക്ഷിതമല്ലാത്ത കയറ്റിറക്കങ്ങളും കഠിനമായ ശൈത്യവും മാത്രമല്ല, ഏതുസമയവും മാറിമറിയുന്ന ദിനാന്തരീക്ഷസ്ഥിതിയും പല തീർത്ഥാടകരെയും ഗോമുഖ് യാത്രയിൽനിന്നും പിൻതിരിപ്പിക്കുന്നുണ്ട്.

ഗോമുഖിലേക്ക് പോകുന്നവർ തപോവനവും സന്ദർശിക്കാറു ണ്ടെന്നാണ് പറഞ്ഞുകേട്ടത്. ഭാഗീരഥിയുടെ ഉത്ഭവസ്ഥാനമാണ് ഗോമുഖ്. ഒട്ടനവധി സന്ന്യാസിമാരെയും ആശ്രമങ്ങളും യാത്രാ മദ്ധ്യേ കാണാമെന്നാണ് വായിച്ചറിവ്. മലയാളിയായ തപോവന സ്വാമികൾ തപസ്സുചെയ്തത് ഇവിടെയാണെന്ന് വായിച്ചതോർമ്മിച്ചു. ഏതായാലും ഗംഗോത്രിയിൽ എത്തി ദർശനം നടത്താനായല്ലോ എന്ന സന്തോഷവും പ്രാർത്ഥനയും ഞങ്ങളുടെ മനസ്സു നിറച്ചു. ചന്ദ്രികയിലാറാടി നിൽക്കുന്ന അടിവാരപാതകളിലൂടെ ഞങ്ങൾ ധന്യമനസ്കരായി ഉത്തരകാശിയിലേക്ക് യാത്രയായി.

ഗംഗോത്രിയിൽനിന്നും ഒന്നരക്കിലോമീറ്റർ നടന്നാൽ 'പാണ്ഡവ ഗുഹ' കാണാം. പാണ്ഡവഗുഹ കാണണമെന്നാഗ്രഹമുണ്ടായിരു ന്നെങ്കിലും സമയക്കുറവുകാരണം ഞങ്ങൾ ആ യാത്ര വേണ്ടെന്നു വച്ചു. സ്വർഗ്ഗത്തിലേക്കുള്ള മഹാപ്രസ്ഥാന യാത്രാമദ്ധ്യേ പാണ്ഡവർ

ഈ ഗുഹ പ്രാർത്ഥനയ്ക്കും പൂജകൾക്കും ഉപയോഗിച്ചിരുന്നു എന്ന് പറയപ്പെടുന്നു.

ഗംഗോത്രി സമുദ്രനിരപ്പിൽനിന്നും ഉദ്ദേശം 3200 മീറ്റർ ഉയരത്തിലാണ് സ്ഥിതി ചെയ്യുന്നത്. ഏതാണ്ട് 2525 കിലോമീറ്റർ ദൂരം സഞ്ചരിച്ചാണ് ഗംഗാനദി ബംഗാൾ ഉൾക്കടലിൽ പതിക്കുന്നത്. ഗംഗാദേവിയെ ഗംഗാമാതാവ് എന്ന അർത്ഥം വരുന്ന 'ഗംഗാമായീ' എന്നും വിളിക്കാറുണ്ട്. ഗംഗോത്രിയിലേക്കുള്ള യാത്രയ്ക്ക് ധാരാളം സ്വകാര്യ ബസ്സുകളും ഒപ്പം സർക്കാർ ബസ്സുകളും ലഭ്യമാണ്. വൃത്തിയും വെടിപ്പുമുള്ള ചെറിയ ഭക്ഷണശാലകളിൽ സ്വാദിഷ്ഠമായ ഭക്ഷണവും മിതമായ വിലയ്ക്ക് കിട്ടും. കുറഞ്ഞ നിരക്കിൽ ആവശ്യാനുസരണം താമസസൗകര്യങ്ങളും യാത്രയിലുടനീളം ലഭ്യമാണ്. യാത്രയ്ക്ക് ശൈത്യകാലവസ്ത്രങ്ങൾ കൂടിയേ കഴിയൂ.

ഞങ്ങളുടെ വാഹനം ഉത്തരകാശിയിലേക്ക് യാത്രയായി. ഇടയ്ക്കിടയ്ക്ക് ചെറിയ തടസ്സങ്ങൾ ഉണ്ടായെങ്കിലും അതത്ര കാര്യമാക്കാതെ യാത്ര തുടർന്നു. തുടർച്ചയായുള്ള, വിശ്രമമില്ലാത്ത യാത്രയുടെ ക്ഷീണംകൊണ്ടാണോ ആഹാരരീതിയിലെ മാറ്റമാണോ എന്താണെന്നറിയില്ല, രമ പല പ്രാവശ്യം ഛർദ്ദിച്ചു. പല സ്ഥലങ്ങളിലും വണ്ടി നിർത്തി അൽപ്പനേരം വിശ്രമിച്ചായിരുന്നു യാത്ര തുടർന്നത്. രാത്രി പന്ത്രണ്ടുമണിക്ക് ഞങ്ങൾ ഉത്തരകാശിയിലെ ഹോട്ടലിൽ എത്തി. കടകളെല്ലാം അടച്ചുപോയിരുന്നതിനാൽ വഴിയിൽ ഭക്ഷണം കഴിക്കാൻ പറ്റിയില്ല. ഹോട്ടലിൽ എത്തിയപ്പോൾ ഹോട്ടൽ വെയിറ്റർ സൂചിറവ പാലിൽ കാച്ചിത്തന്നു. അതുകഴിച്ച് വിശപ്പകറ്റി. തൊട്ടടുത്തായി ഒഴുകുന്ന ഭാഗീരഥിയുടെ സംഗീതം വീണ്ടും ആസ്വദിക്കണമെന്നു തോന്നി, ഞങ്ങൾ അൽപ്പനേരം ബാൽക്കണിയിൽ പോയിരുന്നു. പൗർണമിനിലാവിന്റെ വെള്ളിക്കസവണിഞ്ഞ്, വശ്യസൗന്ദര്യത്തിന്റെ സാന്ദ്രപ്രഭയോടെ, ചിരിച്ചാർത്തൊഴുകുന്ന ഭാഗീരഥിയെ കണ്ട് മതിവരാത്ത ഞങ്ങളുടെ മനസ്സിന്റെ വ്യാമോഹത്തിന് വാത്സല്യപൂർവ്വം തടയിട്ടുകൊണ്ട് നിദ്രാദേവി ഞങ്ങളുടെ കണ്ണുകളെ തഴുകിയടച്ചത് അറിഞ്ഞതേയില്ല.

കേദാർനാഥ്

ഞങ്ങൾ യാത്ര ആരംഭിച്ചിട്ട് ഇന്ന് ആറാമത്തെ പ്രഭാതമാണ്. തലേ ദിവസത്തെ യാത്രാക്ഷീണമൊന്നും രാവിലെ എണീറ്റപ്പോൾ തോന്നിയിരുന്നില്ല. രമയ്ക്ക് കഴിഞ്ഞ ദിവസത്തെ ചില അസ്വസ്ഥ തകൾ പൂർണമായി വിട്ടുമാറിയിരുന്നില്ലെങ്കിലും ഉത്സാഹക്കുറവില്ലാ യിരുന്നു. ചൂടാറാത്ത ചായയും നുണഞ്ഞ് മുറിയുടെ ബാൽക്കണി യിൽ ഭാഗീരഥിനദിയെ നോക്കിയിരുന്നപ്പോൾ, അതിന് ഒരു പ്രത്യേക സൗന്ദര്യം ദർശിക്കാൻ കഴിഞ്ഞു. തലേദിവസം ഗംഗോത്രിയിൽ കണ്ട അക്രമശീലമൊന്നുമില്ലാതെ ഗംഗ ശാന്തമായൊഴുകുന്നു. അങ്ങ് അകലെയായി മഞ്ഞണിഞ്ഞ പർവ്വതനിരകളുടെ നെറുകയിലൂടെ സൂര്യദേവൻ എത്തിനോക്കുന്നുണ്ട്. ദിവ്യാനുഭൂതി പകർത്തുന്ന മനോജ്ഞമായ പ്രഭാതം. രമ മുറിക്കുള്ളിലിരുന്ന മകൾ അമ്മുവിന് ഫോൺ ചെയ്ത് ദഹനത്തിനും ഗ്യാസ് മാറാനുമുള്ള മരുന്നുകളെ പ്പറ്റിയുള്ള വിവരം തേടുകയായിരുന്നു. ഇപ്പോൾ കൈവശമുള്ള ഗുളികയുടെ പേരും പറയുന്നുണ്ടായിരുന്നു. ഞങ്ങൾ യാത്ര ആരംഭി ക്കുന്നതിന് മുമ്പുതന്നെ അവശ്യം വേണ്ട മരുന്നുകളും വിവരങ്ങളും മകളും മരുമകനും പറഞ്ഞ് ഏൽപ്പിച്ചിരുന്നു. അവർ രണ്ടുപേരും കൊച്ചി അമൃത മെഡിക്കൽ കോളേജിൽ എംഡിക്ക് പഠിക്കുന്നവ രാണല്ലോ.

തെളിഞ്ഞൊഴുകുന്ന ഭാഗീരഥിയുടെ സൗന്ദര്യം പരിസരം മറന്ന് എത്രനേരം ആസ്വദിച്ചിരുന്നു എന്നറിയില്ല. ചായയൊഴിഞ്ഞ കപ്പ് അപ്പോഴും കയ്യിൽത്തന്നെയിരിക്കുകയായിരുന്നു.

"എന്താ ഇന്ന് പോകണ്ടേ. ഭാഗീരഥിയെ കണ്ട് കൊതി തീർ ന്നില്ലേ?"

രമയുടെ ചോദ്യമാണ് ചിന്തയിൽനിന്നുണർത്തിയത്.

കുളിയും പ്രഭാതഭക്ഷണവും കഴിഞ്ഞ് ഗുപ്തകാശിയിലേക്കുള്ള യാത്ര ആരംഭിച്ചു. ഉത്തരകാശിയോട് മനസ്സുകൊണ്ട് വിടപറഞ്ഞു.

ഓരോ സ്ഥലത്തു നിന്നും മൗനയാത്രാമൊഴി പറയുമ്പോഴും ഈ പുണ്യസ്ഥലങ്ങളെല്ലാം സന്ദർശിക്കാൻ സാധിച്ചത് ജീവിതത്തിലെ അപൂർവ്വഭാഗ്യമല്ലേ എന്ന ചിന്ത മനം നിറയ്ക്കുമായിരുന്നു.

ഗുപ്തകാശി

ഉത്തരകാശിയിൽനിന്നും ഗുപ്തകാശിയിലേക്ക് ഏകദേശം ഇരു നൂറ് കിലോമീറ്റർ ദൂരമുണ്ട്. നല്ല വീതിയുള്ളതും വൃത്തിയുള്ളതു മായ റോഡാണ്. സാധാരണ ഗതിയിൽ, മറ്റ് തടസ്സങ്ങളൊന്നുമുണ്ടാ യില്ലെങ്കിൽ ഏഴുമണിക്കൂർ യാത്രയേയുള്ളൂ. അവിടവിടെ ചില സ്ഥല ങ്ങളിൽ അറ്റകുറ്റപ്പണികൾ നടക്കുന്നത് കാരണമുണ്ടായ തടസ്സങ്ങൾ മാറ്റിനിർത്തിയാൽ യാത്ര സുഖകരമായിരുന്നു. എങ്കിലും രമ രണ്ട് പ്രാവശ്യം ഛർദ്ദിച്ചു. ഉച്ചയ്ക്ക് അൽപ്പം തൈരും ചോറും മാത്രം കഴിച്ചു. ചോറ് കുറേക്കൂടെ വേവിക്കാൻ പറഞ്ഞപ്പോൾ ഹോട്ടൽ ഉടമസ്ഥൻ അതനുസരിച്ച് പായസപാകത്തിൽ ചോറു വേവിച്ചു നൽകി. ഈശ്വരാനുഗ്രഹത്താൽ ഉച്ചഭക്ഷണശേഷം രമ ഛർദിച്ചില്ല എന്നു മാത്രമല്ല, അൽപ്പം ഉന്മേഷവതിയായും കാണപ്പെട്ടു. ഈ യാത്രയ്ക്കിടയിൽ വിജനവും വിശാലവുമായ പ്രദേശങ്ങൾ കണ്ടു. ഇടവിട്ട് ചില സ്ഥലങ്ങളിൽ കൃഷിഭൂമിയും കണ്ടിരുന്നു.

പ്രകൃതിരമണീയതയ്ക്ക് ഒട്ടും ലോപമില്ലാത്ത ഗുപ്തകാശിയിൽ ജനസംഖ്യ വളരെ പരിമിതമാണ്. സമുദ്രനിരപ്പിൽനിന്ന് 1320 മീറ്റർ ഉയരത്തിലാണത്രെ ഈ നഗരം സ്ഥിതിചെയ്യുന്നത്. രുദ്രപ്രയാഗ് ജില്ലയിൽ ഉൾപ്പെടുന്നതാണ് ഗുപ്തകാശി. ഹരിദ്വാറിൽനിന്നും ഋഷി കേശിൽനിന്നുമെല്ലാം സർക്കാർ, സ്വകാര്യ ബസ് സർവ്വീസ് ഇവിടെ എത്തുന്നുണ്ട്. രുദ്രപ്രയാഗിൽനിന്ന് ഗുപ്തകാശിയിലേക്ക് ധാരാളം ബസ്സുകൾ ദിനംപ്രതി എത്താറുണ്ട്. മന്ദാകിനീ നദീതീരത്താണ് ഗുപ്തകാശി സ്ഥിതിചെയ്യുന്നത്. ഇവിടെ ചെറുതും വലുതുമായ താമസസൗകര്യങ്ങളും ഭക്ഷണശാലകളും സന്ദർശകർക്ക് ആതിഥ്യ മരുളുന്നു. ഈ സ്ഥലത്തിന്റെ പ്രസിദ്ധി പ്രശസ്തമായ മഹാശിവ ക്ഷേത്രത്തിന്റെ ആസ്ഥാനമെന്നതാണ്.

ഗുപ്തകാശി ശിവക്ഷേത്ര ഐതിഹ്യം

പഞ്ചപാണ്ഡവർ കുരുക്ഷേത്രയുദ്ധവിജയാനന്തരം വ്യാസ മഹർഷിയുടെ ഉപദേശാനുസരണം ശ്രീപരമേശ്വരനെ ദർശിക്കാ നായി വാരണാശികാശിയിലേക്ക് യാത്ര ചെയ്യവേ, കാശിയിലെത്തി. ഗംഗാസ്നാനം ചെയ്ത് സാക്ഷാൽ വിശ്വനാഥനെ ദർശിക്കാനാ ഗ്രഹിച്ച് എത്തിയെങ്കിലും മഹാദേവന് ഇവരെക്കാണാൻ ഒട്ടും താൽ പ്പര്യം ഇല്ലായിരുന്നത്രെ. കാരണം, പാണ്ഡവർ യുദ്ധം ജയിച്ച

മാർഗത്തിൽ, അവർ കാണിച്ച ചില അനീതികളിൽ പരമശിവൻ അസന്തുഷ്ടനായിരുന്നു, എന്നതാണ്. പാണ്ഡവരെത്തിയപ്പോൾ അദ്ദേഹം വാരണാസിയിൽനിന്നും അപ്രത്യക്ഷനായി, ഗുപ്തകാശിയിലെത്തി മറഞ്ഞിരുന്നു. പരമശിവൻ രഹസ്യമായി കഴിഞ്ഞ സ്ഥലം എന്ന അർത്ഥത്തിലാണ് ആ സ്ഥലം 'ഗുപ്തകാശി' എന്ന് അറിയപ്പെടുന്നത്. പരമശിവനെ വാരണാസിയിൽ കാണാനാകാതെ നിരാശരായ പാണ്ഡവർ, തുടർന്ന് ഹിമാലയത്തിലെ കൈലാസാദ്രിയുടെ പരിസരങ്ങളിൽ ശിവഭഗവാനെ തിരക്കി അലഞ്ഞുനടന്നു. അവസാനം നിരാശരായ അവർ ഗുപ്തകാശിയിലെത്തിച്ചേർന്നു.

ഗുപ്തകാശിയിൽ 'നന്ദി' രൂപത്തിലുള്ള ഒരു വൃഷഭമായി മേഞ്ഞുനടക്കുന്ന ശിവഭഗവാനെ പാണ്ഡവർ എങ്ങനെയോ തിരിച്ചറിഞ്ഞു. ഇതു മനസ്സിലാക്കിയ മഹാദേവൻ അവിടെനിന്നും രക്ഷപ്പെട്ട് കേദാർനാഥിലെത്തിയെങ്കിലും പാണ്ഡവർ അവിടെയുമെത്തി. അപ്പോൾ ഭൂമിയിലേക്ക് താഴ്ന്ന് അപ്രത്യക്ഷനാകാൻ ശ്രമിക്കുന്ന വൃഷഭത്തെ ഭീമൻ ഓടിയെത്തി പൂഞ്ഞയിൽ പിടിച്ചു തടഞ്ഞു. ഭീമൻ അന്നു പിടിച്ചെടുത്ത പൂഞ്ഞ ഭാഗമാണ് കേദാർനാഥിലെ പ്രതിഷ്ഠ. നന്ദിയുടെ ബാക്കി ശരീരഭാഗങ്ങൾ നാലിടത്തായി പ്രത്യക്ഷപ്പെട്ടു. മുഖം രുദ്രനാഥിലും വയറും നാഭിയും മദ്ധ്യമഹേശ്വറിലും കൈകാലുകൾ തുംഗനാഥിലും തല (ജട) കൽപ്പേശ്വറിലും കാണപ്പെട്ടു. ഈ അഞ്ച് സ്ഥലങ്ങളെയാണ് പഞ്ച്കേദാർ എന്ന് അറിയപ്പെടുന്നത്. ഈ ശിവക്ഷേത്രങ്ങൾ വളരെ പ്രസിദ്ധമാണ്. ഇവിടത്തെ പ്രതിഷ്ഠകൾ മുൻപ്രസ്താവിച്ചപോലെ ശിവഭഗവാൻ വേഷപ്രച്ഛന്നനായി വന്ന നന്ദിയുടെ ഭാഗങ്ങളായാണ് കരുതപ്പെടുന്നത്.

ഗുപ്തകാശിയിലെ ശിവക്ഷേത്രം വാരണാശികാശിയിലെ ശിവക്ഷേത്രത്തിന് സമാനമായതെന്നാണ് ഭക്തർ കരുതുന്നത്. ഗുപ്തകാശിയിലെ ശിവക്ഷേത്രത്തിന് തൊട്ടടുത്തായിട്ടാണ് അർദ്ധനാരീശ്വരക്ഷേത്രം. ഗുപ്തകാശിക്ക് മറ്റൊരു പ്രത്യേകത കൂടിയുണ്ട്. ഇവിടെ വച്ചാണ് ഭഗവാൻ പാർവ്വതീദേവിയെ ആദ്യമായി കാണുന്നത്. ക്ഷേത്രത്തിന് മുന്നിലായി ഒരു ചെറിയ കുളമുണ്ട്. മണികർണ്ണികാ കുണ്ഡ് എന്നാണ് ഈ കുളം അറിയപ്പെടുന്നത്. ഈ കുളത്തിന്റെ മുൻവശത്ത് ഇരുഭാഗത്തായി ഓരോ പ്രതിമകളുണ്ട്. ഒന്നിന് പശുവിന്റെ മുഖമാണ്. ഇതിനെ ഗോമുഖ് എന്നാണ് വിളിക്കുന്നത്. മറ്റേതിന് ആനയുടെ മുഖരൂപമാണ്. സദാസമയവും ഈ രണ്ട് പ്രതിമകളിൽനിന്നും ജലം മണികർണിക കുണ്ഡിലേക്ക് ഒഴുകുന്നുണ്ട്. ഗോമുഖിൽനിന്നു പ്രവഹിക്കുന്നത് ഗംഗാതീർത്ഥവും ആനയിൽനിന്നുള്ളത് യമുനാതീർത്ഥവുമാണെന്നാണ് സങ്കൽപ്പം.

ക്ഷേത്രസമുച്ചയം അൽപ്പം നിമ്നമായ സ്ഥലത്താണ് സ്ഥിതി ചെയ്യുന്നത്. അതുകൊണ്ട് ക്ഷേത്രാങ്കണത്തിൽനിന്നു നോക്കിയാൽ ചുറ്റുമുള്ള മലനിരകൾ ക്ഷേത്രത്തിനുവേണ്ടി പ്രകൃതി നിർമിച്ച കോട്ട പോലെ തോന്നും.

ഞങ്ങൾ ക്ഷേത്രദർശനത്തിന് എത്തിയപ്പോൾ പ്രായംചെന്ന ചില ബ്രാഹ്മണവൃദ്ധന്മാർ ക്ഷേത്രത്തിന്റെ പ്രത്യേകതയും ഇവിടെ പിതൃതർപ്പണം നടത്തുന്നതുകൊണ്ട് ആത്മാവിനുണ്ടാകുന്ന ശാന്തിയെക്കുറിച്ചും പറഞ്ഞു. രമയ്ക്ക് താൽപ്പര്യം തോന്നിയതു കൊണ്ട് ഞങ്ങൾ കൃശഗാത്രനായ ഒരു വൃദ്ധബ്രാഹ്മണനോട് പിതൃ തർപ്പണം ചെയ്യണമെന്ന് പറഞ്ഞു. ദക്ഷിണ എത്രയാണെന്ന് ചോദിച്ചപ്പോൾ ഉള്ളത് തന്നാൽ മതിയെന്ന് അദ്ദേഹം പറഞ്ഞു. ആ മറുപടിയുടെ ആത്മാർത്ഥതയിൽ ഞങ്ങൾക്ക് വിശ്വാസം തോന്നി. അദ്ദേഹത്തിന്റെ നിർദേശാനുസരണം അടുത്തുള്ള ഒരു കടയിൽനിന്ന് രണ്ട് തട്ടങ്ങളിൽ നാളികേരവും പുഷ്പവും ഉൾപ്പെടെ യുള്ള പൂജാസാധനങ്ങൾ വാങ്ങി. മണികർണിക കുണ്ഡിന്റെ കര യിലായി ഞങ്ങളെ ഇരിക്കാൻ നിർദേശിച്ചു. തികച്ചും ആത്മാർ ത്ഥവും ഭക്തിപൂർണവുമായ രീതിയിലാണ് ആ ബ്രാഹ്മണൻ പൂജാ കർമങ്ങൾ നിർവ്വഹിച്ചത്.

പൂജ കഴിഞ്ഞ് മണികർണികാ കുണ്ഡിലെ ജലം തളിച്ച് ദേഹ ശുദ്ധിവരുത്തി ഒപ്പം വന്ന് രണ്ട് ക്ഷേത്രങ്ങളിലും ദർശനം നടത്തി, ദക്ഷിണ സ്വീകരിച്ച് തൃപ്തനായ ശേഷമാണ് ക്ഷേത്ര ഐതിഹ്യം പറഞ്ഞുതുടങ്ങിയത്. അത് കേട്ടപ്പോൾ പറഞ്ഞറിയിക്കാനാകാത്ത ഒരു അനുഭൂതിയിലായിരുന്നു ഞങ്ങളുടെ മനസ്സും ശരീരവും. ആ ബ്രാഹ്മണശ്രേഷ്ഠനോട് ഞാൻ ക്ഷേത്രത്തെക്കുറിച്ച് ഒരു എഫ്.ബി ലൈവ് ചെയ്യാമോ എന്ന് ചോദിച്ചു. വളരെ സന്തോഷത്തോടെ അദ്ദേഹം ക്ഷേത്ര ഐതിഹ്യവും പൂജകളുടെ പ്രത്യേകതകളും ഒക്കെ ഹിന്ദിയിൽ ക്യാമറയ്ക്ക് മുന്നിൽനിന്ന് പറഞ്ഞു. തുടർന്ന് ചിത്രീ കരിച്ച എന്റെ മലയാളവിവർത്തനവും കൂടി ചേർന്ന എഫ് ബി പോസ്റ്റ് പ്രശംസ നേടിയെടുത്തു. സമാദരണീയനായ പൂജാരി ബ്രാഹ്മ ണനോട് യാത്രയും പറഞ്ഞ് ഞങ്ങൾ നടന്നു.

സമയം സന്ധ്യയായി, തികച്ചും ദൈവികത തുടികൊട്ടി നിൽ ക്കുന്ന അന്തരീക്ഷം. പ്രാർത്ഥനാനിരതമായ മനസ്സോടെ ഞങ്ങൾ നിശ്ശബ്ദരായി നടന്നു കാറിലെത്തി. കാർ മന്ദാകിനീനദീക്കരയിലൂടെ സഞ്ചരിച്ച് ഞങ്ങളുടെ താമസസ്ഥലത്തെത്തിയപ്പോൾ, ഗുപ്തകാശി സന്ധ്യാപ്രകാശത്തിന്റെ മാസ്മരിക ശോഭയിൽ കുളിച്ചുനിൽക്കു ന്നുണ്ടായിരുന്നു.

ഞങ്ങളുടെ താമസസ്ഥലം ഗുപ്തകാശിയിൽനിന്ന് ഇരുപത് കിലോമീറ്റർ അകലെയുള്ള 'സേർസി' എന്ന സ്ഥലത്താണ്. കേദാർ നാഥിലേക്ക് പോകാനുള്ള ഹെലികോപ്റ്റർ സർവ്വീസ് നടത്തുന്നത് സേർസിയിൽനിന്നും 'ഫാട്ടാ' (Phata) എന്ന സ്ഥലത്തുനിന്നുമാണ്. രണ്ടു സ്ഥലങ്ങളും ഗുപ്തകാശിക്കടുത്താണ്.

ഞങ്ങൾ ഹോട്ടലിൽ എത്തുന്നതിനുമുമ്പേ 'ഹിമാലയൻ ഹെലി സർവ്വീസ്' എന്ന ബോർഡ് കണ്ടു.

"സാബ്, നാളെ നിങ്ങൾ രാവിലെ പത്തുമണിക്ക് ഇവിടെയാണ് എത്തേണ്ടത്. ഹോട്ടൽ വളരെ അടുത്താണ്. അതുകൊണ്ട് റോഡ് ബ്ലോക്കായാൽ പോലും നടന്നുവരാവുന്നതേയുള്ളൂ."

രാഹുൽ കാണിച്ച സ്ഥലത്തേക്ക് നോക്കിയപ്പോൾ രണ്ട് ചെറിയ ഹെലികോപ്റ്ററുകൾ മുകൾവശം മൂടിക്കെട്ടിവച്ച മാതിരി കാണപ്പെട്ടു. ശക്തിയേറിയ പ്രകാശം പരത്തുന്ന വൈദ്യുതിവെളിച്ചത്തിൽ ഹെലിപാഡും പരിസരവും പകൽപോലെ വ്യക്തമായി കാണാമായിരുന്നു. ഞങ്ങൾ എട്ടുമണിയോടെ ഹോട്ടലിലെത്തി. ഒന്നാമത്തെ നിലയിലാണ് ഞങ്ങളുടെ മുറി. നല്ല വിശാലമായ മുറി. തറയിൽ ചുമന്ന കാർപെറ്റ്, എല്ലാ ആധുനികസൗകര്യങ്ങളുമുള്ള വലിയ ബാത്റൂം. ഞങ്ങൾക്ക് ഈ യാത്രയിൽ ഇതുവരെ ഇത്ര സൗകര്യവും പൊലിമയുമുള്ള മുറി ലഭിച്ചിട്ടുണ്ടായിരുന്നില്ല.

പുറത്താരോ വന്നുവെന്ന് സൂചന നൽകി കോളിംഗ് ബെൽ ശബ്ദിച്ചു. ഞാൻ വാതിൽ തുറന്നു. ഹോട്ടൽ ജി.എം ആണ്. മെല്ലിച്ച ഒരു ചെറുപ്പക്കാരൻ. മുടി നീട്ടി വളർത്തിയിട്ടുണ്ട്. ഭംഗിയായി വെട്ടിയൊതുക്കിയ താടിയും മീശയും വേഷവിധാനവും അയാളുടെ വ്യക്തിത്വം വ്യക്തമാക്കി.

"സാർ, നൂപുറിന്റെ ഫോണാണ്. താങ്കളോട് സംസാരിക്കണമെന്ന്." അയാൾ മൊബൈൽ ഫോൺ എനിക്ക് കൈമാറി.

"അങ്കിൾ, താങ്കളുടെ ഫോൺ ഓഫാണ്. ആന്റി ഫോണെടുക്കുന്നില്ല. നാളെ രാവിലെ പത്ത് മണിക്കുതന്നെ ഹെലിപ്പാഡിൽ എത്തണം. യാതൊരു കാരണവശാലും താമസിക്കരുത്. കേദാർ നാഥ് ഹെലിപ്പാഡിൽ ഹോട്ടൽ ജീവനക്കാരൻ നിങ്ങളെ കാത്തു നിൽക്കുന്നുണ്ടായിരിക്കും. അയാൾ നിങ്ങളെ ഹോട്ടലിലേക്ക് കൊണ്ടുപോകും. ഞാൻ നാളെ വിളിക്കാം, ശുഭരാത്രി."

ട്രാവൽ ഏജന്റിന്റെ ഉത്തരവാദിത്തത്തിൽ എനിക്ക് അഭിമാനം തോന്നി. ചൂടുവെള്ളത്തിൽ ചെറിയ രീതിയിൽ ദേഹശുദ്ധി വരുത്തി ഞങ്ങൾ രാത്രിഭക്ഷണം കഴിച്ചു. രമ സൂചിറവക്കഞ്ഞിയാണ്

കഴിച്ചത്. രാവിലെ പത്ത് മണിക്കുതന്നെ ഹെലിപ്പാഡിൽ എത്തേണ്ട തിനാൽ നേരത്തേതന്നെ ഉറങ്ങാൻ തീരുമാനിച്ചു.

നാളത്തെ യാത്രയെക്കുറിച്ചും കേദാർനാഥിനെക്കുറിച്ചുള്ള പല ചിന്തകളിലും മനസ്സ് വ്യാപരിച്ചു. പുറത്ത് ശക്തിയായ ശീതക്കാറ്റു ണ്ടെന്ന് ചില അപശബ്ദങ്ങളിൽനിന്നും മനസ്സിലായി. തണുപ്പിന് ശമനവുമില്ല.

ശരീരം കമ്പിളിപ്പുതപ്പിനുള്ളിൽ ഭദ്രമാക്കി; നിദ്രാദേവിയുടെ അനുഗ്രഹത്തിന് താമസമുണ്ടായില്ല. രാവിലെ ഏഴുമണിക്ക് മൊബൈൽ ശബ്ദസഹായമില്ലാതെതന്നെ ഉണർന്നു. ബാൽക്കണി യിലേക്കുള്ള കതക് തുറന്നപ്പോഴാണ് കാലാവസ്ഥയുടെ സ്ഥിതി മനസ്സിലായത്. മഴ ശക്തമല്ലെങ്കിലും അന്തരീക്ഷമാകെ മഞ്ഞുകൊണ്ട് മൂടപ്പെട്ടിരിക്കുന്നു. ഒന്നുംതന്നെ ശരിയായി കാണാൻ പറ്റുന്നില്ല. തൊട്ടടുത്ത കാര്യങ്ങൾപോലും.

“ഈശ്വരാ, ഇന്നത്തെ കേദാർനാഥ് യാത്രയുടെ ഗതി എന്താകും?”

രമയെ ഉണർത്തി കാര്യംപറഞ്ഞു. അവളും എന്നോടൊപ്പം ബാൽക്കണിയിലെത്തി. മഴ ശക്തി പ്രാപിക്കുകയാണ്, മുടിയഴിച്ചിട്ട ചപലയായ ഒരു ഭ്രാന്തിയെപ്പോലെ അലറിവിളിക്കുകയും തേങ്ങി ക്കരയുകയും ചെയ്യുന്നുണ്ട്.

“പത്തുമണിയോടെ എല്ലാം മാറി വെയിലെത്തും. നമുക്ക് പോകാനാകും.” രമ ശുഭാപ്തിവിശ്വാസത്തോടെ പറഞ്ഞു.

ജി.എമ്മിന്റെ മുറിയിൽ പോയി കാര്യങ്ങൾ തിരക്കി.

“ഞാൻ രാവിലെ ഹെലികോപ്റ്റർ ഓഫീസിൽ വിളിച്ചിരുന്നു മോശം കാലാവസ്ഥ കാരണം അവർ ഫ്ളൈയിംഗ് തുടങ്ങിയിട്ടില്ല തുടങ്ങിയാൽ ഉടൻ അറിയിക്കും. അപ്പോൾത്തന്നെ ഞാൻ താങ്കളെ വിളിച്ചുപറയാം. ഇവിടത്തെ കാലാവസ്ഥ പ്രവചിക്കാനാകാത്ത താണ്.”

“എല്ലാം ശരിയാകും. നമ്മുടെ യാത്രയ്ക്കൊരു തടസ്സവുമുണ്ടാ വില്ല.” രമയുടെ പ്രവചനം.

കുളിയും മറ്റു പ്രഭാതകൃത്യങ്ങളും കഴിഞ്ഞ് പ്രാതൽ കഴിച്ചു എല്ലാം യാന്ത്രികമായിട്ടാണ് ചെയ്തത്. മനസ്സും കണ്ണും പുറത്തെ കാലാവസ്ഥയിൽ കുരുങ്ങിക്കിടക്കുകയാണ്. സമയം പത്ത് കഴിഞ്ഞു ഇപ്പോഴും കാലാവസ്ഥയ്ക്ക് യാതൊരു മാറ്റവും ഇല്ലാതെ മഴ ശക്തി പ്രാപിച്ചുകൊണ്ടേയിരിക്കുന്നു.

ഹോട്ടൽ ലോബിയിലെ സോഫയിൽ പ്രാർത്ഥനാപൂർവ്വം പ്രകൃതിയുടെ കനിവിനായി ഞങ്ങൾ കാത്തിരുന്നു. ഇന്നലെ എത്ര

നല്ല അന്തരീക്ഷമായിരുന്നു. പക്ഷേ ഇപ്പോൾ, എല്ലാം മാറി മറിഞ്ഞു. മഴ പെയ്യുന്നത് മനോഹരമായ കാഴ്ചയാണെങ്കിലും അനവസരത്തിലായതിനാൽ അതിന്റെ ഭീകരതയാണ് ഇപ്പോൾ അനുഭവപ്പെടുന്നത്.

“സാബ്, മുംബൈയ്ക്കാ ഫാഷൻ ഓർ ഉത്തരാഗണ്ഡ് കാ മോസം കബ് ബദലേഗാ, ബോൽ നഹിം ശക്താഹെ.”

(മുംബൈയിലെ ഫാഷനും ഉത്തരാഗണ്ഡിലെ കാലാവസ്ഥയും എപ്പോഴാണ് മാറുന്നതെന്ന് പറയാനാകില്ല)

ഹോട്ടൽ ജി.എം, എന്റെ മുഖഭാവം കണ്ടിട്ടാകണം ഈ നവീന പഴഞ്ചൊല്ല് പറഞ്ഞത്. പക്ഷേ ഞാൻ ആ തമാശ ആസ്വദിക്കാൻ പറ്റിയ സ്ഥിതിയിലായിരുന്നില്ല. അതുകൊണ്ട് മറുപടി ഒരു ചെറു പുഞ്ചിരിയിലൊതുക്കി.

“ശക്തിയായ കാറ്റ് നല്ലതാണ്. മേഘങ്ങൾ വഴിമാറി അന്തരീക്ഷം തെളിയാൻ കാറ്റ് ഉപകരിക്കും.” ജി.എം ആരോടെന്നില്ലാതെ പറയുന്നുണ്ടായിരുന്നു.

തൊട്ടടുത്ത മുറിയിലെ താമസക്കാരും എന്റെ അടുത്തായി വന്നിരുന്നു. അവർ നാസിക്കിൽ നിന്നുവന്ന മഹാരാഷ്ട്രക്കാരാണ്, അവർക്കും ഇന്നാണ് കേദാർനാഥിലേക്കുള്ള ഹെലികോപ്റ്റർ ടിക്കറ്റ്. സമയം പന്ത്രണ്ട് കഴിഞ്ഞു.

“അങ്കിൾ, നോക്കാം. ചിലപ്പോൾ അന്തരീക്ഷം ഉടൻ തെളിയും. നിങ്ങൾക്ക് പോകാനാകും. വിഷമിക്കേണ്ട.”

ട്രാവൽ ഏജന്റിന്റെ ആശ്വാസ ഫോൺ സന്ദേശമായിരുന്നു.

നോക്കാമെന്ന് ഞാൻ മറുപടി പറഞ്ഞു.

ഉച്ചകഴിഞ്ഞ് രണ്ടുമണിയായി. കാലാവസ്ഥ യാതൊരു കരുണയും കാണിക്കുന്നില്ല. മഴയും കാറ്റും ജൈത്രയാത്ര തുടരുകയാണ്.

ഡ്രൈവർ രാഹുൽ വിളിച്ച് കാര്യങ്ങൾ തിരക്കി. ആവശ്യമുണ്ടെങ്കിൽ വിളിക്കാൻ മടിക്കരുതെന്നും പറഞ്ഞു.

“വിധിയുണ്ടെങ്കിൽ പോകാം.” എന്റെ പ്രയാസം മനസ്സിലാക്കിയിട്ടെന്നവണ്ണം രമ പറഞ്ഞു. നാലുമണിയായി. അന്തരീക്ഷം ഇപ്പോഴും മേഘാവൃതംതന്നെയാണ്.

ഹെലികോപ്റ്റർ ടിക്കറ്റ് നാളെത്തേക്ക് മാറ്റി വാങ്ങാനാവില്ല. നാളത്തേക്കും ബുക്ക് ചെയ്തവരുണ്ട് എന്നതാണ് കാരണം. കേദാർനാഥ് യാത്രയിൽ ഹെലികോപ്റ്റർ ടിക്കറ്റ് കിട്ടുക വലിയ പ്രയാസമാണ്. ഭാരതത്തിൽ ഹെലികോപ്റ്റർ എയർലൈൻസ് കുറവാണ്.

ഞാൻ മനസ്സിലാക്കിയത് പതിനൊന്ന് ഹെലികോപ്റ്റർ കമ്പനി കളാണ് ഇപ്പോൾ ഇവിടെനിന്നും കേദാർനാഥിലേക്ക് സർവീസ് നടത്തുന്നത് എന്നാണ്. പരമാവധി ഒരു ട്രിപ്പിൽ ആറ് യാത്രക്കാ രെയും വഹിച്ചു മാത്രമാണ് യാത്ര. ടിക്കറ്റ് ബുക്കിംഗ് ഓൺലൈനിൽ ആണ്. സൈറ്റ് ഓപ്പൺ ആയാൽ വളരെ പെട്ടെന്നുതന്നെ ടിക്കറ്റ് വിറ്റുതീരുന്നത് സാധാരണമാണ്. എന്റെ ട്രാവൽ ഏജന്റിന്റെ കാര്യ മായ ശ്രമഫലമായാണ് ഞങ്ങൾക്ക് ടിക്കറ്റ് കിട്ടിയത്. ഒരു രാത്രി കേദാർനാഥിൽ തങ്ങി കേദാർനാഥനെ വണങ്ങണമെന്ന് ആഗ്രഹി ച്ചിരുന്നതാണ്. പക്ഷേ കാലാവസ്ഥയുടെ കറുത്ത തിരശ്ശീല ഞങ്ങ ളുടെ ആഗ്രഹത്തിനു മുന്നിൽത്തന്നെ നീങ്ങാതെ കിടക്കുകയാണ്. മൊബൈൽ ഫോൺ ശബ്ദിച്ചു. ഞാൻ നോക്കി. സുഹൃത്ത് അജയ നാണ് വിളിക്കുന്നത്. സംഭാഷണത്തിനിടയിൽ അജയന്റെ ജ്ഞാനോ പദേശം: “Don't worry. All as per his desire. You will be blessed to see him only if Kedarnath pleases.”

വൈകീട്ട് ആറുമണികഴിഞ്ഞിട്ടും മഴയ്ക്ക് ശമനമില്ല. അന്തരീക്ഷം ഇപ്പോഴും ഇരുളടഞ്ഞുതന്നെ.

“എന്താണ് ഇനി പരിപാടി, കേദാർനാഥ് യാത്ര ഒഴിവാക്കി മുൻ നിശ്ചയിച്ച പ്രകാരം, നാളെ ബദരീനാഥിലേക്ക് യാത്രയായാലോ?”

ട്രാവൽ ഏജന്റിന്റെ ഉപദേശം ഫോണിലൂടെ കേട്ടപ്പോൾ ഞാൻ പ്രതിവചിച്ചു.

“വേണ്ട, നാളെ കാൽനടയായിട്ടാണെങ്കിലും എനിക്ക് കേദാർ നാഥിൽ പോയേപറ്റൂ. കുതിര, ഡോളി തുടങ്ങിയ ഏതെങ്കിലും സഹായം വേണമെങ്കിൽ എടുക്കാമല്ലോ.”

എന്റെ ദൃഢമായ തീരുമാനം ട്രാവൽ ഏജന്റിനെ അറിയിച്ചപ്പോൾ അവർ പറഞ്ഞു.

“അങ്കിൾ, അത് അത്ര എളുപ്പമല്ല. ആന്റിക്ക് ബുദ്ധിമുട്ടുണ്ടാകും.”

“എന്നാൽ ശരി. ചാർജ് കൂടിയാലും വേണ്ടില്ല നാളെ കേദാർ നാഥിലേക്ക് രണ്ട് ഹെലികോപ്റ്റർ ടിക്കറ്റ് തരപ്പെടുത്താമോ?”

“അത് നടക്കില്ല. കാരണം, എല്ലാ ദിവസവും ബുക്കിംഗ് ഫുള്ളാണ്. നാളെത്തേക്കും അവർക്ക് ഫുൾ ബുക്കിംഗ് ഉണ്ട്. എങ്കിലും ഞാൻ സംസാരിച്ചുനോക്കാം.”

എങ്ങനെയെങ്കിലും കേദാർനാഥിൽ പോകണം. ഇനി ഒരു ചാർധാം യാത്ര നടക്കുമെന്ന് തോന്നില്ല. മനസ്സിൽ ആകുലതകൾ മാത്രം ബാക്കിയാക്കി രാത്രിഭക്ഷണത്തിനായി റസ്റ്റോറന്റിലേക്ക് നടന്നു.

റസ്റ്റോറന്റിൽ നല്ല തിരക്കായിരുന്നു. ആളൊഴിയാൻവേണ്ടി ഞങ്ങൾ പുറത്തിട്ടിരുന്ന കസേരകളിലിരുന്നു. തൊട്ടടുത്ത് ഇരുന്ന ചെറുപ്പക്കാരായ ദമ്പതികളുമായി വെറുതെ സൗഹൃദം പങ്കുവയ്ക്കാനായി പരിചയപ്പെട്ടു. അവർ അന്ന് വൈകീട്ട് കേദാർനാഥിൽനിന്ന് വന്നതേയുള്ളൂ.

“ഞങ്ങൾ ഇന്നലെ പോയതാണ്. യാത്ര കഠിനമായിരുന്നു. വെള്ളവും ചളിയും കുതിര ലത്തിയും കുഴഞ്ഞുമറിഞ്ഞ വഴിയിലൂടെയുള്ള സഞ്ചാരം ആകെ പ്രയാസമുള്ളതാണ്. രാത്രി തങ്ങി ഇന്ന് തിരികെ വന്നു. ഇപ്പോൾ കേദാർനാഥിലേക്ക് ആളെവിടുന്നില്ല. കാരണം കനത്ത മഞ്ഞുവീഴ്ചയാണ്. കൂടാതെ വളരെയധികം ആൾക്കാർ കേദാർനാഥിൽ ഇപ്പോൾ തങ്ങുകയുമാണ്. അതിനാൽ നാളെയും കാൽനടക്കാരെ മുകളിലേക്കു വിടുന്ന കാര്യം സംശയമാണ്. ഗൗരികുണ്ഡിലും സോനപ്രയാഗിലും ജനസാഗരമാണ്. പക്ഷേ ദൈവാധീനംകൊണ്ട് ഞങ്ങൾക്ക് നന്നായിട്ട് തൊഴാനായി.”

അൽപ്പം കഷ്ടപ്പാടുകൾ സഹിച്ചെങ്കിലും അവർ സംതൃപ്തരാണെന്ന് മനസ്സിലായി.

ഇനി എന്താണ് മാർഗ്ഗം? കാൽനടയായി പോകാമെന്നാണ് കരുതിയത്. പക്ഷേ തടസ്സങ്ങൾ ഏറെയാണ്. ഇനിയൊരു യാത്ര സാധ്യമാണോ. രാത്രിഭക്ഷണം കഴിച്ചു എന്ന് വരുത്തി. മനസ്സാകെ ഇച്ഛാഭംഗത്തിലാണ്. ഇങ്ങനെ ഒരു തടസ്സം നേരിടുമെന്ന് തീരെ കരുതിയിരുന്നില്ല.

മഴ ഇപ്പോൾ തീർത്തും ശമിച്ചിരിക്കുന്നു. എങ്കിലും ശക്തിയായ കാറ്റുണ്ട്. സമയം ഒൻപത് കഴിഞ്ഞു.

ട്രാവൽ ഏജന്റിന്റെ ഫോൺ വന്നതായി എന്റെ മൊബൈൽ ഫോൺ അറിയിച്ചു. കേദാർനാഥനെ ധ്യാനിച്ചാണ് ഫോണെടുത്തത്.

“അങ്കിൾ, രാവിലെ നാലുമണിക്ക് ഹെലിപ്പാഡിൽ റിപ്പോർട്ട് ചെയ്യണം. നിങ്ങൾ ദൈവാധീനം ഉള്ളവരാണ്. നിങ്ങളെ രണ്ടു പേരെയും മാത്രം നാളെ രാവിലെ ആറുമണിക്കുള്ള ട്രിപ്പിൽ കൊണ്ടുപോകാമെന്ന് സമ്മതിച്ചിട്ടുണ്ട്. ഇന്നത്തെ ബാക്കിയെല്ലാ ടിക്കറ്റും ക്യാൻസൽ ചെയ്തു. ഒരുകാരണവശാലും താമസിക്കരുത്. നാലുമണിക്കുതന്നെ എത്തണം. ഹോട്ടൽ ജി. എം ഹെലിപ്പാഡ് എവിടെയാണെന്ന് പറഞ്ഞുതരും. എന്താ സന്തോഷമായില്ലേ, നാളെ നല്ല കാലാവസ്ഥ ആയിരിക്കണമെന്ന് പ്രാർത്ഥിക്ക്. ഹെലിപ്പാഡിൽ എന്തെങ്കിലും പ്രശ്നം ഉണ്ടായാൽ എന്നെ വിളിക്കുക. ഗുഡ്നൈറ്റ്.”

എന്റെ സന്തോഷം എങ്ങനെയാണ് വിവരിക്കേണ്ടത് എന്നെഴുതാനറിയില്ല. രമയോട് കാര്യം പറഞ്ഞിരുന്നപ്പോൾ ജി.എം വന്നു.

ഹെലിപ്പാഡ് തൊട്ടടുത്താണെന്നും പോകേണ്ട വഴിയും പറഞ്ഞു തന്നു. "നിങ്ങൾ ഭാഗ്യമുള്ളവരാണ്. സാധാരണ ഇങ്ങനെ ഒരു അവസരത്തിൽ ടിക്കറ്റ് മാറ്റിക്കൊടുക്കില്ല. കാരണം എല്ലാ ദിവസവും ടിക്കറ്റ് ഫുള്ളാണ്." ഹിമാലയൻ ഹെലി സർവ്വീസ് എന്ന എയർ ലൈനിലാണ് ഞങ്ങളുടെ ടിക്കറ്റ്. അവിടെ പോയി കാണേണ്ട ആളിന്റെ പേരും പറഞ്ഞു. എന്തെങ്കിലും പ്രോബ്ലം ഉണ്ടായാൽ എന്നെ വിളിക്കാൻ മടിക്കണ്ട എന്നും പ്രത്യേകം പറഞ്ഞു. ഒരു അദ്ധ്യാപകൻ വിദ്യാർത്ഥിയോട് പറയുന്നതുപോലെ വ്യക്തമായി കാര്യങ്ങൾ ജി.എം. വിവരിച്ചു.

ജി.എം. പോയ ഉടൻ ഞാൻ ഡ്രൈവർക്ക് ഫോൺ ചെയ്തു, മൂന്നര മണിക്കുതന്നെ എത്തണമെന്നറിയിച്ചു. ലഗേജ് കാറിൽ വയ്ക്കുന്ന കാര്യവും പറഞ്ഞു.

"സാബ്, നിങ്ങൾ സത്കർമ്മം ചെയ്തവരാണ്. സാധാരണ ഒരു ദിവസത്തെ ടിക്കറ്റ് അടുത്ത ദിവസത്തേക്ക് മാറ്റിക്കൊടുക്കാറില്ല. നിങ്ങൾ ദൈവാധീനമുള്ളവർതന്നെ."

ദൈവാധീനമുള്ളവർ, സത്കർമങ്ങൾ ചെയ്തവർ, ഭാഗ്യമുള്ളവർ എന്നീ വാക്കുകൾ മണിമുഴക്കംപോലെ പ്രതിധ്വനിക്കുന്നുണ്ട്. നാളെ രാവിലെ ധരിക്കേണ്ട വസ്ത്രങ്ങളും പിന്നെ ഓരോ ജോടി സോക്സും ഗ്ലൗസും മാറ്റിവച്ച് ബാക്കിയെല്ലാം സ്യൂട്ട്കേസിൽ ഭദ്രമാക്കി നിക്ഷേപിച്ചു. രണ്ടുമണിക്ക് മൊബൈലിൽ അലാറം സെറ്റ് ചെയ്തു. രമയുടെ മൊബൈലിലും അലാറം സെറ്റ് ചെയ്തു. സമയം പതിനൊന്ന് കഴിഞ്ഞിരിക്കുന്നു. ലൈറ്റ് ഓഫ് ചെയ്തു കമ്പിളി തലവഴി മൂടി കിടന്നു. രമ നല്ല ഉറക്കത്തിലായി.

ഉറക്കം വരുന്നില്ല. സാധാരണ ഉറങ്ങുന്നതിനുമുമ്പേ അച്ഛനെയും അമ്മയെയും ഓർക്കാറുണ്ട്. വർഷങ്ങളായിട്ടുള്ള ഒരു രീതിയാണ്. അന്നും അവരെ മനസാ സ്മരിച്ചു. ഏറെ നേരം എന്റെ ജീവിതത്തിലെ ഓരോ ഘട്ടവും ഒരു ഫ്ളാഷ്ബാക്ക് പോലെ വന്ന് പോയ്ക്കൊണ്ടിരുന്നു. പലവുരു 'ശിവാഷ്ടോത്തരി' മനസ്സിൽ ചൊല്ലി. ഇല്ല. ഉറക്കം വരുന്നില്ല. പുറത്ത് ഇപ്പോഴും ശക്തമായ കാറ്റുണ്ട്. എപ്പോഴാണ് ഉറങ്ങിയെന്നറിയില്ല. മൊബൈൽ ശബ്ദിച്ചപ്പോൾ എണീറ്റു. രമയോടും എണീക്കാൻ പറഞ്ഞു. അനുസരണയുള്ള കുട്ടിയെപ്പോലെ അവളും എണീറ്റു. ബാൽക്കണി തുറന്ന് നോക്കി. ഹാ! മഴയില്ല, കാറ്റില്ല. പ്രകൃതി ബ്രാഹ്മമുഹൂർത്തത്തിന്റെ ധന്യതയിൽ ആറാടി നിൽക്കുന്നു. ചൂടുവെള്ളത്തിൽ ഒരു കാക്കക്കുളി പാസ്സാക്കി. ശൈത്യം അതിന്റെ പാരമ്യതയിലാണ്. കുളി കഴിഞ്ഞപ്പോൾ, പല്ലുകൾ തമ്മിൽ കൂട്ടിയിടിച്ച് താളം പിടിക്കുന്നത് കാരണം ഒരു വാക്ക്

പോലും വ്യക്തമായി സംസാരിക്കാൻ പറ്റുന്നില്ല. ശരീരം ആസകലം വിറയ്ക്കുന്നു. രമയുടെ കാര്യവും ഇതേ അവസ്ഥയിൽത്തന്നെ. ശൈത്യം അത്ര കഠിനമാണ്. പക്ഷേ പ്രതികൂലസാഹചര്യങ്ങൾക്കൊന്നും ഞങ്ങളെ തളർത്താനായില്ല. കോഫിമേക്കറിൽ വെള്ളം തിളപ്പിച്ച് ഫ്ളാസ്കിൽ നിറച്ചു. ചെറിയ തോൾ ബാഗിൽ ഒരു ഷാൾ, രണ്ട് പെയർ സോക്സ്, ഗ്ലൗസ്സ് പിന്നെ ഫ്ളാസ്ക്. ബാക്കിയെല്ലാം സ്യൂട്ട്കേസിലാക്കി.

ഡ്രൈവറെ വിളിച്ചു.

"സാബ്, ഒരു രക്ഷയുമില്ല. റോഡ് ഫുൾ ബ്ലോക്കാണ്, എനിക്ക് അനങ്ങാൻ പറ്റുന്നില്ല. മുമ്പിലും പുറകിലും എല്ലാം വാഹനങ്ങളാണ്."

ഫോൺ കട്ട് ചെയ്തു. ഇനി ചിന്തിക്കാൻ സമയമില്ല. സ്യൂട്ട്കേസുകളുമായി പുറത്തിറങ്ങി. പുറത്ത് നല്ല ഇരുട്ട്. മൊബൈൽ വെളിച്ചത്തിൽ പടിയിറങ്ങി ലോബിയിലെത്തി. ഇരുട്ടിൽ, ലൈറ്റിന്റെ സ്വിച്ച് എവിടെയെന്നറിയില്ല. ഹോട്ടൽ ജീവനക്കാർ സോഫയിലും മേശയിലുമൊക്കെ തലവഴി മൂടി നല്ല ഉറക്കമാണ്. ഒന്നുരണ്ട് പ്രാവശ്യം വിളിച്ചിട്ടും അനക്കമില്ല. രണ്ട് സ്യൂട്ട്കേസും റിസപ്ഷന്റെ മേശയ്ക്കരികിൽ വച്ചു. മൊബൈലിന്റെ വെളിച്ചത്തിൽ ലോബി കതക് തുറന്നു ഞങ്ങൾ മുറ്റത്തിറങ്ങി, അരണ്ട വെളിച്ചത്തിൽ പടികളിറങ്ങി റോഡിലെത്തി. കണ്ണുകൾ മാത്രമാണ് ആവരണം ചെയ്യപ്പെടാത്തതായിട്ടുള്ളത്. ബാക്കി ശരീരഭാഗം എല്ലാം, കാൽനഖം തൊട്ട് തലവരെ കമ്പിളിനിർമിതമായ കവചങ്ങൾകൊണ്ട് മൂടിക്കെട്ടിയാണ് ഞങ്ങൾ നടക്കുന്നത്.

നിരത്തിൽ തലങ്ങനെയും വിലങ്ങനെയും വാഹനങ്ങളാണ്. ഹോൺ ശബ്ദവും വാഹനങ്ങളുടെ ലൈറ്റിന്റെ പ്രകാശവും പിന്നെ ശീതക്കാറ്റും. തെരുവുവിളക്കുകൾ ഒന്നുംതന്നെ കത്തുന്നില്ല. എല്ലാംകൊണ്ടും ദുരിതമയമായ അവസ്ഥ. ഞാൻ എന്റെ വലതുകൈയിൽ രമയുടെ ഇടതുകൈ ഒരു ചങ്ങലപോലെ കൊരുത്ത് റോഡിന്റെ അരികിലൂടെ മുന്നോട്ട് നടന്നു. മുതുകിൽ ചെറിയ ബാഗ് തൂങ്ങിക്കിടക്കുന്നുണ്ട്. ഹോട്ടലിലേക്ക് വരുന്ന വഴി ഡ്രൈവർ പറഞ്ഞതോർത്തു. "ഹോട്ടൽ വളരെ അടുത്താണ്. അതുകൊണ്ട് റോഡ് ബ്ലോക്കായാൽ പോലും നടന്നുവരാവുന്നതേയുള്ളൂ." വല്ലവിധേനയും ഞങ്ങൾ നാലുമണികഴിഞ്ഞ് പത്ത് മിനിട്ടായപ്പോൾ എയർലൈൻസ് ഓഫീസിൽ എത്തി. ഓഫീസിൽ ഒരു ഉത്സവത്തിന്റെ പ്രതീതി തോന്നിക്കുന്ന തിരക്കുണ്ട്. അവിടെയെല്ലാം പകൽപോലെ വെളിച്ചം പ്രസരിപ്പിക്കുന്ന ലൈറ്റുകൾ. അപ്പോഴേക്കും ട്രാവൽ ഏജന്റിന്റെ ഫോൺ വന്നു. പ്രതീക്ഷിച്ചപോലെ ചോദിച്ചു.

"ഹെലിപ്പാഡിൽ എത്തിയോ?"

"ഞങ്ങൾ എത്തി. പക്ഷേ ഞങ്ങളുടെ രണ്ട് സ്യൂട്ട്കേസും റിസപ്ഷനിൽ വച്ചിരിക്കുകയാണ്. ഡ്രൈവർ എത്തിയില്ല, റോഡ് ബ്ലോക്കാണ്."

"നോ പ്രോബ്ലം, നിങ്ങളുടെ ലഗേജ് ഭദ്രമായിരിക്കും. ഞാൻ ജി. എമ്മിനോട് പറയാം. ചെക്ക് ഇൻ ചെയ്യുക. ആവശ്യമുണ്ടെങ്കിൽ വിളിക്കാൻ മടിക്കണ്ട. ശുഭയാത്ര!"

അഞ്ചുപേർ മാത്രമുള്ള വരിയിൽ അവസാനമായി ഞാൻ നിന്നു രമയോട് കസേരയിൽ ഇരിക്കാൻ പറഞ്ഞു. പത്ത് മിനിട്ട് കൊണ്ട് എന്റെ ഊഴമെത്തി. ഞാൻ തലേദിവസത്തെ ടിക്കറ്റ് കാണിച്ചു. പിന്നെ ജി.എം പറഞ്ഞ ആളിന്റെ പേരും പറഞ്ഞു. ഉദ്യോഗസ്ഥൻ ആരെയോ ഫോണിൽ ബന്ധപ്പെട്ടു. പിന്നെ എല്ലാം വേഗത്തിലായി, ചെറിയ ബാഗിന്റെ ഭാരം നോക്കി രണ്ട് ഫോം തന്നു. എല്ലാം പൂരിപ്പിച്ചു ആധാർ കാണിച്ചു. എല്ലാം ഭദ്രം. ബോർഡിംഗ് പാസ് തന്നു. ചെക്ക് ഇൻ റൂമിലേക്ക് പോകാൻ പറഞ്ഞു. സമയം നാലേമുക്കാൽ. പക്ഷേ ആകാശം തെളിമയാർന്നുതുടങ്ങി. മലകളും താഴ്വാരവും മങ്ങിയ വെളിച്ചത്തിൽ സാന്നിധ്യം അറിയിച്ചു. ഞങ്ങൾ ചെക്ക് ഇൻ റൂമിൽ എത്തിയപ്പോൾ നേരത്തേയെത്തിയ കുറച്ചുപേർ അവിടെ ഇരിക്കുന്നുണ്ടായിരുന്നു. മൊബൈൽ വീണ്ടും ശബ്ദിച്ചു. ട്രാവൽ ഏജന്റാണ്.

"ഞാൻ ജി. എം നോട് സംസാരിച്ചു. നിങ്ങളുടെ ലഗേജ് ഭദ്രമാണ്. പിന്നെ കേദാർനാഥിൽ നല്ല തിരക്കാണ്. ദർശനത്തിന് നീണ്ട ക്യൂവാണെന്നാണ് അറിയുന്നത്. അതുകൊണ്ട് ഏതെങ്കിലും ഒരു 'പാണ്ടയെ' കണ്ട് രൂപ കൊടുത്ത് എളുപ്പം ദർശനം നടത്താൻ നോക്കണം. പാണ്ടമാരോട് നന്നായിട്ട് വിലപേശണം. കൂടിയാൽ ആയിരം രൂപ കൊടുത്താൽ മതി. എത്രയും പെട്ടെന്ന് തിരികെ വരാൻ നോക്കണം. കാലാവസ്ഥ മോശമായാൽ നിങ്ങൾ അവിടെ കുടുങ്ങിപ്പോകും. ജയ് കേദാർനാഥ് ജി!"

പുറത്ത് ഹെലികോപ്റ്റർ സ്റ്റാർട്ട് ചെയ്യുന്ന ശബ്ദം കേട്ടു. ഇപ്പോൾ അന്തരീക്ഷം പൂർണമായും പ്രകാശമാനമാണ്. ബാലസൂര്യൻ മലനിരകളുടെ മുകളിൽനിന്ന് ഞങ്ങളെ സ്വാഗതം ചെയ്തു. ഇന്നലെ ക്കണ്ട ബീഭത്സമായ രൂപം മാറി, പ്രകൃതി തികച്ചും അതിമനോഹരിയായിരിക്കുന്നു. ആദ്യത്തെ ഹെലികോപ്റ്റർ ട്രിപ്പിലേക്കുള്ളവരെ ജീവനക്കാർ ഹെലിപ്പാഡിലേക്ക് ആനയിച്ചു. ഞങ്ങൾ ഞങ്ങളുടെ ഊഴംകാത്തിരുന്നു. അപ്പോഴേക്കും ആദ്യം പോയ ഹെലികോപ്റ്റർ തിരികെയെത്തി. ഞങ്ങളെ ഹെലിപ്പാഡിലേക്ക് കൊണ്ടുപോയി. പോകുന്നതിനുമുൻപ് ചെയ്യേണ്ട കാര്യങ്ങളും ചെയ്യാൻ പാടില്ലാത്ത

കാര്യങ്ങളും കൃത്യമായി ജീവനക്കാർ പറഞ്ഞുതന്നു. തിരികെ വരാനുള്ള പേപ്പർ തന്നു. മൂന്നുമണിക്കൂർ സമയമാണ് കേദാർനാഥിൽ ഞങ്ങൾക്ക് അനുവദിച്ചിട്ടുള്ളത്. എന്റെ കൈയിലെ ചെറിയ ബാഗ് അവർ വാങ്ങിവച്ചിട്ട് അത് കേദാർനാഥിൽ നിങ്ങൾക്ക് കിട്ടുമെന്ന് അറിയിച്ചു. കഴിവതും നേരത്തെ കേദാർനാഥ് ഹെലിപ്പാഡിൽ തിരികെ വരാനും റിപ്പോർട്ട് ചെയ്യാനും പറഞ്ഞു.

ഒരു വലിയ തുമ്പി പറന്നുവരുന്നതുപോലെ ഹെലികോപ്റ്റർ പറന്നിറങ്ങി. കേദാർനാഥിൽ നിന്നും വന്ന യാത്രക്കാരെ ഇറക്കിയിട്ട് ഞങ്ങൾ ആറു പേരെയും നേരത്തെ പറഞ്ഞുതന്ന മാതിരി ഇടതും വലതും വശത്ത് നിന്നും ഹെലികോപ്റ്ററിൽ കയറ്റി. ഞാനും രമയും മുൻവശത്ത് പൈലറ്റിന്റെ അടുത്തായിരുന്നു. സുരക്ഷാ ബൽറ്റ് ബന്ധിച്ചു. എന്റെ വായുസേനാ ഉദ്യോഗകാലത്ത് ലഡാക്കിൽ ഹെലികോപ്റ്ററിൽ ജോലി ചെയ്ത ദിനങ്ങൾ ഓർമ്മയിൽ തെളിഞ്ഞു. അടുത്ത നിമിഷംതന്നെ മനസ്സ് ഭക്തിസാന്ദ്രമായി. അന്തരീക്ഷത്തിൽ ഹെലികോപ്റ്ററിന്റെ റോട്ടർ കറങ്ങുന്ന ശബ്ദം നിറഞ്ഞുനിന്നു. ഹെലികോപ്റ്ററിന്റെ വാതിലുകൾ അടഞ്ഞു.

ഞങ്ങൾ ഇതാ, ആ പ്രപഞ്ചേശ്വരനെ വണങ്ങാനായി യാത്ര തിരിക്കുകയാണ്. ഹെലികോപ്റ്റർ, ദേവവാഹനമായ ഗരുഡന്റെ ചെറുരൂപംപോലെ മലയിടുക്കിലൂടെ ശീതക്കാറ്റിനെ വകഞ്ഞുമാറ്റിക്കൊണ്ട് ആ മഹാപ്രഭുവിന്റെ സന്നിധിയിലേക്ക് ഞങ്ങളെയും കൊണ്ട് പറക്കുകയാണ്. മനസ്സിൽ 'ശിവഷ്ടോത്തരി' ഞാൻ മന്ത്രിച്ചുകൊണ്ടേയിരുന്നു. പ്രകൃതിഭംഗി ആസ്വദിക്കാനോ ഒന്നുംതന്നെ ഏകാഗ്രചിത്തം അനുവദിച്ചില്ല. ദൂരെ വച്ചുതന്നെ ചുറ്റും മലനിരകൾ കൊണ്ട് സുരക്ഷാകവചമൊരുക്കി നടുത്തളത്തിൽ ഉയർന്നുനിൽക്കുന്ന ക്ഷേത്രഗോപുരം ദൃശ്യമായപ്പോൾ, മനസ്സിൽ ശിവശങ്കര പ്രാർത്ഥന അലതല്ലി. ആകാശവും ഭൂമിയും തമ്മിലുള്ള ദൂരം വളരെ കുറഞ്ഞു. ഏതാണ്ട് പന്ത്രണ്ട് മിനുട്ട് കൊണ്ട് ഞങ്ങൾ മഹാദേവന്റെ പവിത്രഭൂമിയിലെത്തി. ഇതാ, കേദാർനാഥിന്റെ വിശുദ്ധതലം. സർവ്വേശ്വരനായ വിശ്വനാഥന്റെ മണ്ണിൽ വാഹനം തൊട്ടു. ഞങ്ങൾ ഇറങ്ങി.

ഞങ്ങൾ വിശുദ്ധമായ ആ പവിത്രഭൂമിയിൽ സ്പർശിച്ച് കണ്ണുകളിലണച്ചപ്പോൾ അവാച്യമായൊരനുഭൂതി അടിമുടി ഞങ്ങളിൽ പ്രസരിച്ചു; ശ്രീ രുദ്രമഹാദേവൻ ഞങ്ങളുടെ സാന്നിധ്യം മനസ്സിലാക്കി എന്നറിയിക്കുംപോലെ.

ഹരഹര മഹാദേവ്

മലനിരകളും താഴ്വാരവും ക്ഷേത്രവും ക്ഷേത്രമുറ്റവും എല്ലായിടവും മഞ്ഞിന്റെ നിർമല ധവളവർണത്തിൽ പ്രശോഭിക്കുന്നു.

ക്ഷേത്രഗോപുരം ഉന്നതശീർഷമായി കാണപ്പെടുന്നു. തലേദിവസം കനത്ത മഞ്ഞുവീഴ്ചയായിരുന്നു എന്നറിഞ്ഞത് അക്ഷരംപ്രതി ശരിയാണെന്ന് മനസ്സിലായി. ഹെലിപ്പാഡ് ക്ഷേത്രത്തിൽനിന്ന് അൽപ്പം അകലെയാണ്. കേദാർ നഗരിയിലാകെ പൂരപ്പറമ്പിലെന്ന പോലെ തിരക്കാണ്. ക്ഷേത്രദർശനത്തിനുള്ള നീണ്ട വരി ആദ്യമേ കണ്ടു. ശൈത്യത്തിന്റെ കാഠിന്യത്തിനൊപ്പം ശീതക്കാറ്റും ഇടതട വില്ലാതെ വീശുന്നുണ്ട്. പല സ്ഥലത്തും നിർമാണപ്രവൃത്തികൾ നടക്കുന്നുണ്ട്. സൂര്യതാപത്തിൽ മഞ്ഞുരുകി ജലം പരിസരത്തെ യാകെ നനച്ച് കുതിർത്തിരിക്കുന്നു. നടപ്പാതയിൽ പലയിടത്തും വെള്ളം തളംകെട്ടിക്കിടക്കുന്നുണ്ട്. തെളിഞ്ഞ സൂര്യശോഭയിൽ കുളിച്ച പ്രദേശം. ഒരേ ലക്ഷ്യം മാത്രമേ ഞങ്ങൾക്ക് ഉണ്ടായിരുന്നുള്ളൂ; ക്ഷേത്രദർശനം എത്രയും പെട്ടെന്ന് സാധ്യമാക്കണം.

മുന്നോട്ട് നടന്നപ്പോഴാണ് കുറച്ചാളുകൾ ഞങ്ങളുടെ വരവും പ്രതീക്ഷിച്ച് നിൽക്കുന്നത് ശ്രദ്ധിച്ചത്. എളുപ്പത്തിൽ ക്ഷേത്രദർശനം സാധ്യമാക്കിത്തരുന്ന പാണ്ടമാരാണവർ എന്ന് ഞങ്ങളോടുള്ള സമീപനത്തിൽനിന്നു മനസ്സിലായി. ഒരു ഇരയെ കിട്ടിയ സന്തോഷ ത്തോടെ അവർ ഞങ്ങളെ സമീപിച്ചു. ആളുകളുടെ ബഹളം നിമിത്തം വിലപേശൽ നല്ലരീതിയിൽ നടന്നില്ലെങ്കിലോ എന്ന ആശങ്കയാൽ, ഞാൻ സംസാരിക്കാൻ താൽപ്പര്യമില്ലെന്ന ഭാവത്തിൽ മുന്നോട്ട് നടന്നു. പക്ഷേ ഒരു മെലിഞ്ഞ മധ്യവയസ്കൻ ഞങ്ങളുടെ പിന്നാലെ നടന്നുവന്നു. അയാൾ പുറമെ ശൈത്യവസ്ത്രം ധരിച്ചിട്ടില്ല. ഉത്തരേന്ത്യൻ ശൈലിയിൽ മുണ്ട് ഞൊറിഞ്ഞുടുത്തിട്ടുണ്ട്. ചന്ദനവർണത്തിലുള്ള മുഴുനീളൻ ജുബ്ബയാണ് വേഷം. ക്ലീൻ ഷേവ്, വിശാലമായ നെറ്റിയിൽ ഭസ്മക്കുറി, കൈയിൽ രുദ്രാക്ഷ മാലയുമുണ്ട്.

"നിങ്ങൾക്ക് എളുപ്പം തിരികെ പോകാനുള്ളതല്ലേ, ഞാൻ ഞൊടിയിടകൊണ്ട് പുണ്യദർശനം സാധ്യമാക്കിത്തരാം. എപ്പോഴാണ് ഇവിടത്തെ കാലാവസ്ഥ മാറുന്നതെന്ന് പറയാൻ പറ്റില്ല. നിങ്ങൾക്ക് ചെയ്തുതരുന്ന ഉപകാരത്തിന് ഈ സാധുബ്രാഹ്മണന് എന്തെങ്കിലും ദക്ഷിണ തന്നാൽ മതി."

ഞങ്ങൾ നടത്തം നിർത്തി, എത്ര രൂപ വേണമെന്ന് അയാളോട് ചോദിച്ചു. 'രണ്ടായിരം രൂപ' എന്നയാൾ അറിയിച്ചു. മനസ്സിൽ പല ചിന്തകളും കടന്നുപോയി. ഇത്രയും പേർ വരിയായി ദർശനത്തിന് കാത്തുനിൽക്കുമ്പോൾ ഇങ്ങനെ ഒരു ദർശനം നമുക്ക് മാത്രമായി വേണമോ. കൂടാതെ ഈശ്വരസന്നിധിയിൽനിന്ന് ഒരു വിലപേശൽ നല്ലതാണോ? ലക്ഷ്യമല്ലേ പ്രധാനം, മാർഗമല്ലല്ലോ? അതുകൂടാതെ

സാഹചര്യവും പ്രധാനമല്ലേ, എന്നിങ്ങനെയുള്ള ചിന്തകൾ എന്നെ വിലപേശലിന് പ്രേരിപ്പിച്ചു.

"ആയിരം രൂപ തരാം" എന്നുപറഞ്ഞ് അയാളുടെ മറുപടിക്ക് കാത്തുനിൽക്കാതെ ഞങ്ങൾ മുന്നോട്ട് നടന്നു. തുടർന്ന് അൽപ്പം നേരം കിലുക്കം സിനിമയിലെ മോഹൻലാൽ ഞാനും അയാൾ ജഗതി ശ്രീകുമാറുമായി മാറി. അവസാനം 'ഇത്രയും ആക്രാന്തം പാടില്ല' എന്ന മട്ടിൽ ആയിരം രൂപയ്ക്ക് ഉറപ്പിച്ചു. ഉടനെ അയാൾ അകലെയായി നിന്നിരുന്ന ഒരു ചെറുപ്പക്കാരനെ കൈകാണിച്ച് അടുത്ത് വിളിപ്പിച്ചു. ജീൻസ് പാന്റും ജാക്കറ്റും ധരിച്ച ആ ചെറുപ്പക്കാരൻ വിളി പ്രതീക്ഷിച്ചിരുന്നപോലെ ഓടിയെത്തി. പാണ്ട അയാളോട് ഗഢ്വാളി ഭാഷയിൽ എന്തോ സംസാരിച്ചു.

"ഇവരെ ക്ഷേത്രപ്രവേശനകവാടത്തിനടുത്തുള്ള വരിയിൽ കയറ്റിവിടണം. ഞാൻ അകത്തുണ്ടാകും."

അയാൾ സംസാരിച്ചിരുന്നത് ഇതാകണമെന്ന് പിന്നീടാണ് എനിക്ക് മനസ്സിലായത്. ഞങ്ങൾ അയാൾക്കൊപ്പം ക്ഷേത്രം ലക്ഷ്യമാക്കി നടന്നു. ശാന്തമായൊഴുകുന്ന മന്ദാകിനീനദിക്കുമേലുള്ള പാലം കടന്ന് ഞങ്ങൾ മുന്നോട്ട് നടന്നു. മലനിരകളിൽ പലഭാഗത്തും വെള്ളിച്ചരടുപോലുള്ള ജലധാര മനോഹരദൃശ്യമായിരുന്നു. ഞങ്ങൾ ക്ഷേത്രാങ്കണത്തിൽ പ്രവേശിച്ചു. വിശാലമായ ക്ഷേത്രമുറ്റം, കരിങ്കൽപ്പാളികൾ പാകിയതുപോലെ തോന്നിച്ചു. എങ്കിലും വ്യക്തമായി നിരീക്ഷണം നടത്താനുള്ള മാനസികാവസ്ഥയിലായിരുന്നില്ല ഞങ്ങൾ. ക്ഷേത്രഗോപുരത്തിൽനിന്ന് മഞ്ഞുരുകി ജലകണങ്ങളായും മഞ്ഞുകട്ടകളായും താഴേക്ക് പതിക്കുന്നുണ്ടായിരുന്നു. ക്ഷേത്രഗോപുരത്തിൽ പ്രകൃതിയൊരുക്കിയ ജലധാരാർപ്പണം!

ഞങ്ങളോട് പാദരക്ഷകൾ മാറ്റിവരാൻ പാണ്ട പറഞ്ഞു. ക്ഷേത്രമുറ്റത്തിന്റെ അരികിലായി മന്ദം മന്ദം നീങ്ങുന്ന ദർശനാർത്ഥികളുടെ നീണ്ടനിര. പലയിടത്തും അവരുടെ പാദരക്ഷകൾ ചിതറിക്കിടക്കുന്നുണ്ട്. ഒരരികിലായി കൂട്ടിയിട്ടിരുന്ന പാദരക്ഷകളുടെ കൂട്ടത്തിൽ ഞങ്ങളും പാദരക്ഷകൾ ഊരിവച്ചു. സോക്സ് മാറ്റിയില്ല. നനഞ്ഞ പ്രതലത്തിൽ ചവിട്ടിയതും ഈറനണിഞ്ഞ സോക്സിലൂടെ ശൈത്യം ശരീരത്തിലേക്ക് അരിച്ചുകയറിയത് ഞങ്ങളറിഞ്ഞില്ല. ദർശനത്തിനുള്ള ആൾനിര ഒരാൾക്ക് പുറകെ ഒരാളെന്ന രീതിയിലല്ല. മറിച്ച് കൂട്ടംകൂട്ടമായിട്ടാണ് നീങ്ങുന്നത്. പലയിടത്തും പൊലീസുകാർ നിയന്ത്രിക്കുന്നുണ്ട്. ഞങ്ങൾ ക്ഷേത്രത്തിന്റെ മുഖ്യകവാടത്തിലെത്തി. അതിനുമുന്നിൽ നല്ല വലിപ്പത്തിലുള്ള നന്ദിയുടെ ശിലാപ്രതിഷ്ഠയുണ്ട്. ഞങ്ങൾ മറ്റ് പലരെയും പോലെ നന്ദിയെ തൊട്ടുവണങ്ങി. ചിലയാളുകൾ നന്ദിയുടെ ചെവിയിൽ ഭഗവാൻ

സമക്ഷം ആവശ്യങ്ങളും പ്രാർത്ഥനയും രഹസ്യമായി മന്ത്രിക്കുന്നുണ്ട്. ഉത്തരേന്ത്യയിലെ ശിവക്ഷേത്രങ്ങളിൽ അനുഷ്ഠിക്കുന്ന ഒരു പ്രാർത്ഥനാ രീതിയാണിത്. ഞാൻ ഉത്തരകാശിയിലും ഗുപ്തകാശിയിലും ഭക്തർ ഇങ്ങനെ ചെയ്യുന്നത് കണ്ടിരുന്നു.

ഞങ്ങൾ ക്ഷേത്രത്തിന്റെ പ്രധാന പ്രവേശനകവാടത്തിലെത്തി. ഭക്തർ ഞെരിഞ്ഞമർന്നാണ് അകത്തേക്ക് പ്രവേശിക്കുന്നത്. ഞങ്ങളുടെ സഹായിയായ പാണ്ട പ്രവേശനകവാടത്തിൽ തിരക്ക് നിയന്ത്രിച്ചിരുന്ന പൊലീസുകാരനെ എന്തോ പറയാനെന്ന ഭാവത്തിൽ അടുത്തേക്ക് വിളിച്ചത് അയാളുടെ ശ്രദ്ധ തിരിക്കാനോ അതോ എന്തെങ്കിലും പറയാനോ എന്നു മനസ്സിലായില്ല. ആ പൊലീസുകാരൻ പാണ്ടയുടെ നേരെ തിരിഞ്ഞപ്പോൾ, ഞങ്ങൾ വരിയുടെ ഭാഗമായി ചേർന്ന് അൽപ്പം സമയത്തിനകം 'അർത്ഥമണ്ഡപ'ത്തിൽ പ്രവേശിച്ചു. ശരീരവും മനസ്സും ഒന്നാകെ ഒരു പ്രത്യേക ദിവ്യലഹരിയിൽ മുഴുകി. അർത്ഥമണ്ഡപത്തിന്റെ നടുത്തളത്തിൽ വെള്ളിയിൽ നിർമിച്ച ഒരു ചെറിയ നന്ദിപ്രതിഷ്ഠയും കണ്ടു. അർത്ഥമണ്ഡപച്ചുമരിൽ പഞ്ചപാണ്ഡവരുടെയും ദ്രൗപദിയുടെയും ശ്രീകൃഷ്ണന്റെയും പ്രതിമകൾ സ്ഥാപിച്ചിരിക്കുന്നു. 'ഹർ ഹർ മഹാദേവ' നാമാർച്ചനാശബ്ദം മുഴങ്ങുന്നുണ്ട്.

ഞാൻ ഭഗവാന്റെ മരതകപ്പച്ച വർണത്തിലുള്ള പ്രതിഷ്ഠ കണ്ടു. അത് കാളയുടെ മുതുകുപോലെയാണ് തോന്നിയത്. ജീവിതത്തിൽ ആദ്യമായിട്ടാണ് ഒരു ശിവക്ഷേത്രത്തിൽ ശിവലിംഗമല്ലാത്ത പ്രതിഷ്ഠ ഞങ്ങൾ കണ്ടത്. ഗർഭഗൃഹത്തിന്റെ പ്രവേശനകവാടത്തിൽ ഞങ്ങളുടെ പാണ്ട ഞങ്ങളെ കാത്തുനിൽക്കുന്നുണ്ടായിരുന്നു. അയാൾ ഞങ്ങൾക്ക് തൊഴാനായി മറ്റുള്ളവരെ ഒരു നിമിഷം തടഞ്ഞുനിർത്തുകയും സ്വയം അരികിലേക്ക് മാറി നിൽക്കുകയും ചെയ്തു. പ്രതിഷ്ഠയ്ക്ക് മുമ്പിൽ ഞങ്ങൾ പ്രാർത്ഥിച്ചു. എന്നാൽ, നിമിഷങ്ങൾക്കകം ഞങ്ങളെ മറ്റുള്ളവർ തള്ളിമാറ്റി. ക്ഷേത്രത്തിന്റെ വലതുവശത്തുള്ള വാതിൽവഴി ഞങ്ങൾ പുറത്തിറങ്ങി. ഇവിടത്തെ ഗർഭഗൃഹത്തിൽ എല്ലാ ഭക്തർക്കും പ്രവേശിക്കുകയും നേരിട്ട് പ്രതിഷ്ഠയിൽ അഭിഷേകം നിർവ്വഹിക്കുകയും ചെയ്യാം. പക്ഷേ ജനത്തിരക്ക് കാരണം ഇപ്പോൾ ഈ സമ്പ്രദായം നിരോധിച്ചിരിക്കുകയാണ്.

ഞങ്ങൾ പുറത്തിറങ്ങിയപ്പോൾ, പാണ്ടയും അയാളുടെ സഹായിയും ഞങ്ങളെ കാത്തുനിൽക്കുന്നുണ്ടായിരുന്നു. പാണ്ട, അയാളുടെ കൈയിലിരുന്ന അരിമണികൾ ഞങ്ങളുടെ ശിരസ്സിൽ വിതറി രണ്ട് വരി സംസ്കൃതശ്ലോകം ചൊല്ലി. ഉടനെ രൂപയ്ക്കുവേണ്ടി കൈനീട്ടി. അപ്പോൾ ഞാൻ ഗുപ്തകാശിയിലെ ആ സാധു

ബ്രാഹ്മണനെയും അയാളുടെ ആത്മാർത്ഥതയെയും ഓർമിച്ചു പോയി. ഇവിടെ ഇയാൾ ഒരുതരം കാട്ടിക്കൂട്ടൽ നടത്തുകയായിരുന്നു. യാതൊരു ആത്മാർത്ഥതയുമില്ല. എന്തായാലും പെട്ടെന്ന് ക്ഷേത്രദർശനം നടന്നല്ലോ എന്ന സംതൃപ്തിയിൽ ഞാൻ ആയിരം രൂപ നൽകി. ഒരു എഫ് ബി ലൈവ് ചെയ്യാമോ എന്ന എന്റെ ചോദ്യത്തിന് 'ചെയ്യില്ല' എന്ന് പറയുകയും "ഞങ്ങൾക്ക് പത്തുകാശ് ഉണ്ടാക്കാനുള്ള സമയമാണ്. പാഴാക്കാൻ പറ്റില്ല" എന്ന അർത്ഥത്തിൽ എന്തോ പറഞ്ഞുകൊണ്ട് അടുത്ത ഇരയെ ലക്ഷ്യമാക്കി ഓടി മറയുകയും ചെയ്തു.

മഞ്ഞുരുകിയ ജലത്തിൽ കുതിർന്ന സോക്സിൽനിന്ന് ഇപ്പോൾ തണുപ്പ് ശരീരത്തിനുള്ളിലേക്ക് അരിച്ചുകയറുന്നുണ്ട്. ഞങ്ങൾ ഞങ്ങളുടെ പാദരക്ഷകൾ തേടിപ്പോയി. രമയ്ക്ക് അവളുടെ പാദരക്ഷ കിട്ടിയെങ്കിലും എന്റെ ഷൂസ് കാണാനില്ല. ഞങ്ങൾ അവിടെയെല്ലാം തിരഞ്ഞു. കൂട്ടിയിട്ടിരിക്കുന്ന പാദരക്ഷകൾക്കിടയിലും തിരഞ്ഞു. നിരാശനായ ഞാൻ മനസ്സില്ലാമനസ്സോടെയും മറ്റു മാർഗമൊന്നുമില്ലാത്തതിനാലും എന്റെ പാദരക്ഷയോട് സാമ്യം തോന്നിക്കുന്ന ആരുടെയോ ഒരു ജോടി ഷൂസ് തെരഞ്ഞെടുത്തു. ബാഗിൽ കരുതിയിരുന്ന സോക്സും ആ ഷൂസും ധരിച്ച് നടക്കവേ നനഞ്ഞു കുതിർന്ന പഴയ സോക്സ് അടുത്തുകണ്ട ചവറ്റുകുട്ടയിൽ ഉപേക്ഷിച്ചു. എന്നിട്ട് ഞങ്ങൾ തൊട്ടടുത്തുകണ്ട ടീസ്റ്റാളിൽ കയറി ചായയും ഉരുളക്കിഴങ്ങ് പക്കാവടയും കഴിച്ചു.

പുറത്തിറങ്ങിയപ്പോഴാണ് 2013 ജൂൺ മാസം സർവ്വനാശം വിതച്ച പ്രളയത്തിൽനിന്ന് ക്ഷേത്രത്തെ സംരക്ഷിച്ച 'ബിംശില' (വലിയൊരു പാറക്കല്ല്) കണ്ടത്. ക്ഷേത്രത്തിന് പുറകിലായിട്ടാണ് ബിംശില കിടക്കുന്നത്. ഇപ്പോൾ ഭക്തജനങ്ങൾ അതിനൊരു ദൈവികപരിവേഷം ചാർത്തിയിട്ടുണ്ട്. പ്രളയത്തിൽ മലമുകളിൽനിന്നും അടർന്ന് പതിച്ച ഈ കൂറ്റൻപാറ ജലപ്രവാഹത്തിലൂടെ ക്ഷേത്രത്തിന്റെ പുറകിലായി എങ്ങനെയോ തട്ടിനിന്നു. അപ്പോൾ സംഹാരതാണ്ഡവമാടിയെത്തിയ പ്രവാഹത്തെ ഈ പാറ രണ്ട് വശത്തേക്കുമായി ഒഴുക്കിവിട്ടത്രെ. അങ്ങനെ ക്ഷേത്രം സംരക്ഷിക്കപ്പെട്ടു. ക്ഷേത്രത്തിനു പുറകിലായിട്ടുണ്ടായിരുന്ന ജഗദ്ഗുരു ആദിശങ്കരന്റെ സമാധിസ്ഥലവും പ്രളയം വിഴുങ്ങി. ഇപ്പോൾ അവിടെ ശങ്കരാചാര്യരുടെ പുതിയ പ്രതിമ സ്ഥാപിച്ചിട്ടുണ്ട്. ഞങ്ങൾ അങ്ങോട്ടേക്ക് നടന്നു.

വലിയൊരു ഭാഗത്ത് വൃത്താകൃതിയിൽ മണ്ണ് മാറ്റി, ദൃഢമായ കോൺക്രീറ്റ് ഭിത്തി വൃത്താകൃതിയിൽ നിർമിച്ച് അതിനു മധ്യത്തിൽ കണ്മഷിക്കറുപ്പ് വർണത്തിൽ പത്മാസനത്തിൽ ഇരിക്കുന്ന നിലയിലാണ് ശ്രീശങ്കരന്റെ പ്രതിമ. ഈ പ്രതിമ സ്ഥാപിച്ചിരിക്കുന്ന

സ്ഥലത്തായിരുന്നു ശങ്കരാചാര്യരുടെ സമാധി. മുപ്പത്തിരണ്ടാമത്തെ വയസ്സിൽ ശങ്കരാചാര്യർ പരബ്രഹ്മത്തിൽ ലയിച്ചത് കേദാർനാഥിൽ വച്ചാണെന്ന് പറയപ്പെടുന്നു. നമ്മുടെ തൃശ്ശൂർ വടക്കുംനാഥ ക്ഷേത്ര ത്തിൽ വച്ചാണെന്നും അല്ല കാഞ്ചീപുരത്തു വച്ചാണെന്നും അഭി പ്രായപ്പെടുന്നവരുമുണ്ട്.

ഞങ്ങൾ പ്രതിമയ്ക്കു മുന്നിൽ അൽപ്പംനേരം തൊഴുകൈ യോടെ നിന്നു. അദ്ദേഹത്തിന്റെ മഹത്വത്തിന് അർഹിക്കുന്ന ആദരവ് നൽകിയിട്ടില്ലല്ലോ എന്ന് മനസ്സ് മന്ത്രിച്ചു. ഞങ്ങൾ ഓർമിക്കാതെ പാദരക്ഷയോടെ ആ പ്രതിഷ്ഠയ്ക്ക് അടുത്തേക്ക് ഒരു ചുവട് വച്ചു പോയി. ഇതുകണ്ട ഒരു സന്ന്യാസിവര്യൻ കോപിഷ്ഠനായി. അദ്ദേഹ ത്തിന്റെ കൈയിലിരുന്ന ഊന്നുവടികൊണ്ട് ഞങ്ങളെ തല്ലാൻ വന്നു. "ക്ഷമിക്കണം, അറിയാതെ പറ്റിയതാണ്. ആവർത്തിക്കില്ല" എന്നു പറഞ്ഞിട്ടും അദ്ദേഹത്തിന്റെ കോപം ശമിക്കുന്നുണ്ടായിരുന്നില്ല. അദ്ദേഹം ഉച്ചത്തിലെന്തോ ശകാരവാക്കുകൾ പറയുന്നത് കേട്ടഭാവം നടിക്കാതെ ഞങ്ങൾ കുറച്ച് ഫോട്ടോകൾ എടുത്തശേഷം നടന്നു നീങ്ങി.

ക്ഷേത്രദർശനവും ശ്രീശങ്കരപ്രതിമയെ വണങ്ങലും കഴിഞ്ഞ പ്പോൾ ഇനി വായിച്ചറിഞ്ഞ ചില കാര്യങ്ങൾ വിശദമായി മനസ്സി ലാക്കണം എന്നാഗ്രഹിച്ച് ഒരു വൃദ്ധസന്ന്യാസിയെ സമീപിച്ചു. ശരീര പ്രകൃതിയിലും വേഷവിധാനത്തിലും പ്രത്യേകിച്ച് ശിരസ്സിലെ ജട യിലുമെല്ലാം അദ്ദേഹത്തിൽ ഒരു ഉത്തമസന്ന്യാസിയെ ഞങ്ങൾ കണ്ടു. 'നമസ്കാരം' പറഞ്ഞ് അടുത്തുകൂടി. കേരളത്തിൽനിന്നാണ് വന്നതെന്ന് പറഞ്ഞപ്പോൾ മുഖത്തെ ഗൗരവഭാവം അൽപ്പാൽപ്പം മാറി. കാർമേഘവാതായനം തുറന്ന് വെളിച്ചം എത്തിനോക്കുന്നതു പോലെ മുഖം പ്രസന്നമായി.

2019ൽ മോദിജി ധ്യാനമിരുന്ന ഗുഹ ഏതാണെന്ന് വിനയപൂർവ്വം ഞാൻ ചോദിച്ചു. ക്ഷേത്രത്തിന്റെ വലതുവശത്തായി ഒരു മല കാണിച്ചുകൊണ്ട് പറഞ്ഞു, "അതാ അതാണെന്ന്." വ്യക്തമായി കാണാൻ പറ്റിയില്ലെങ്കിലും സ്ഥാനം മനസ്സിലായി. പിന്നെ സ്വർഗാ രോഹണത്തിന് പാണ്ഡവർ നടന്നുപോയ മലനിരകളെയും ചൂണ്ടി ക്കാണിച്ചുതന്നു. 'സ്വർഗാരോഹിണി' ബദരിനാഥ് കഴിഞ്ഞാണ്. എന്നും ആ യാത്ര ഇതുവഴിയായിരുന്നു എന്നുമൊക്കെയുള്ള കാര്യ ങ്ങൾ അദ്ദേഹം പറഞ്ഞു. 2013ലെ പ്രളയം എല്ലാം കൊണ്ടുപോയ കാര്യം വളരെ ദുഃഖത്തോടെയാണ് അദ്ദേഹം വിവരിച്ചത്. പിന്നെ അൽപ്പമകലെയായി, കാവി കൊടിതോരണങ്ങൾ കാണാമായിരുന്നു. അതാണ് ഭൈരവക്ഷേത്രമെന്ന് അദ്ദേഹം പറഞ്ഞുതന്നു.

ഏപ്രിൽ മാസത്തിലെ അക്ഷയതൃതീയ ദിനം മുതൽ നവംബർ മാസത്തിലെ കാർത്തികപൂർണ്ണിമ ദിവസം വരെയാണ് കേദാർനാഥ് ക്ഷേത്രം നട തുറന്ന് പൂജാവിധികൾ അനുഷ്ഠിക്കുന്നത്. അതു കഴിഞ്ഞാൽ അതിശൈത്യമാണ്. അപ്പോൾ നട അടയ്ക്കും. ഇക്കാലത്ത് ഈ ക്ഷേത്രം സംരക്ഷിക്കുന്ന ക്ഷേത്രപാലകനാണ് ഭൈരവൻ. അതുകൊണ്ടുതന്നെ അക്ഷയതൃതീയ ദിവസം ക്ഷേത്രം തുറക്കുമ്പോൾ ആദ്യം പൂജ ചെയ്യുന്നത് ഭൈരവഭഗവാനാണ്. സമയമുണ്ടെങ്കിൽ ഭൈരവനെക്കൂടി ഒന്ന് വണങ്ങിയാൽ നന്നായിരുന്നു എന്ന് അദ്ദേഹം ഓർമിപ്പിച്ചു.

എന്നാൽ, ഞങ്ങൾ മനസ്സുകൊണ്ട് ക്ഷേത്രപാലകനായ ഭൈരവനെ പ്രാർത്ഥിച്ചു തൃപ്തിയടഞ്ഞു. എന്നിട്ട് പറഞ്ഞു:

“ഞങ്ങൾക്ക് ഉടനെ പോകണം. അതുകൊണ്ട് ഇപ്പോൾ അങ്ങോട്ടില്ല.” അദ്ദേഹം ശരീരഭാഷ കൊണ്ടുതന്നെ ‘അങ്ങനെയാകട്ടെ’ എന്ന് പറഞ്ഞു. ശൈത്യകാലത്ത് ഭഗവാന്റെ പൂജകൾ നിത്യവും താഴെയായി ‘ഉഖിമഠ്’ ഓംകാരേശ്വർ ക്ഷേത്രത്തിൽ നടക്കുമെന്നും സന്ന്യാസിവര്യൻ പറഞ്ഞു.

ഞങ്ങൾ അദ്ദേഹത്തോട് യാത്രപറഞ്ഞു. മൊബൈലിൽ നല്ല റേഞ്ച് ഉണ്ടായിരുന്നതുകൊണ്ട് വിശദമായി എഫ്. ബി ലൈവ് കൊടുത്ത്, തികച്ചും സംതൃപ്തിയോടെ ഹെലിപ്പാഡിനെ ലക്ഷ്യമാക്കി നടന്നു. പോകുന്നതിനുമുമ്പേ ഒരിക്കൽകൂടി കേദാർനാഥനെ വണങ്ങി.

ഇവിടത്തെ മുഖ്യപൂജാരി ‘റാവൽ’ എന്ന പേരിലാണ് അറിയപ്പെടുന്നത്. ആൾക്കാർ ‘റാവൽജി’ എന്നാണ് വിളിക്കുന്നത്. നമ്മുടെ നാട്ടിലെ മേൽശാന്തിയെന്നും തന്ത്രിയെന്നുമൊക്കെ പറയുന്നതുപോലുള്ള പദവിയാണ് റാവൽജി വഹിക്കുന്നത്. കർണാടകത്തിൽ നിന്നുള്ള ലിംഗായത്ത് സമുദായത്തിൽപ്പെട്ട വൈഷ്ണവബ്രാഹ്മണരാണിവർ. ഇവിടത്തെ പൂജാക്രമങ്ങളും രീതികളും കർണാടകക്കാരെ റാവൽജിയായി നിയമിക്കുന്നതുമൊക്കെ ശങ്കരാചാര്യരുടെ ദീർഘവീക്ഷണനിർദേശത്തിന്റെ ഫലമാണ്.

കേദാർനാഥിലേക്ക് കാൽനടയാത്ര

കേദാർനാഥിലേക്കുള്ള കാൽനടയാത്രയെക്കുറിച്ച് ഞാൻ വായിച്ചറിഞ്ഞതും കേട്ടറിഞ്ഞതുംകൂടി കുറിക്കട്ടെ. കേദാർനാഥിലേക്ക് കാൽനടയായി വരുന്നതാണ് പ്രധാനപ്പെട്ട യാത്രാവഴി എന്നു ഞാൻ മുമ്പ് പറഞ്ഞിരുന്നുവല്ലോ. സ്വകാര്യവാഹനങ്ങൾ സോനപ്രയാഗ് വരെ മാത്രമേ അനുവദിക്കപ്പെടുകയുള്ളൂ. ഞാൻ ത്രിയുഗി

നാരായണക്ഷേത്രദർശനത്തിന് പോയപ്പോൾ സോനപ്രയാഗിൽ അൽപ്പനേരം തങ്ങിയിരുന്നു. അന്ന് അവിടത്തെ പാർക്കിംഗ് സ്ഥലവും മറ്റു തിരക്കുകളും നേരിട്ട് കാണാനിടയായി. ചെറിയൊരു ഗ്രാമമാണത്. ആ സ്ഥലത്ത് ഉൾക്കൊള്ളാനാകുന്നതിനെക്കാൾ ജന ത്തിരക്കാണ് ഞാനവിടെക്കണ്ടത്. ഈ ഭാഗത്താണ് എല്ലാ വാഹന ങ്ങളും പാർക്ക് ചെയ്യുന്നത്. താമസസൗകര്യവും ഹോട്ടലുകളും നിരവധിയുണ്ട് ഇവിടെ. ഗുപ്തകാശിയിൽനിന്നും രുദ്രപ്രയാഗിൽ നിന്നും ധാരാളം സർക്കാർ സ്വകാര്യ വാഹനങ്ങളും ഇവിടേക്കുള്ള യാത്രയ്ക്ക് ലഭ്യമാണ്.

ഇവിടെനിന്നും ഗൗരികുണ്ഡിലേക്ക് അഞ്ച് കിലോമീറ്റർ ദൂര മുണ്ട്. ഈ യാത്രയ്ക്ക് സർക്കാർ അനുമതി ലഭിച്ചിട്ടുള്ള ജീപ്പു കളും കാറുകളും ലഭ്യമാണ്. കാൽനടയായും പോകാവുന്നതേയുള്ളൂ. സോനപ്രയാഗും ഗൗരികുണ്ഡും അടങ്ങുന്ന പ്രദേശങ്ങൾ ശിവപാർ വ്വതിമാരുടെ പരിണയസ്ഥലമായിട്ടാണ് കണക്കാക്കപ്പെടുന്നത്. കാളി ദാസന്റെ കുമാരസംഭവഭൂമിക ഈ പ്രദേശങ്ങളാണെന്നാണ് കരുത പ്പെടുന്നത്. ശിവപാർവ്വതിമാർ മധുവിധു ആഘോഷിച്ച ഗന്ധമാദന പർവ്വതം ഇവിടെനിന്ന് കുറച്ചകലെയാണ്. വിവാഹം നടന്ന ത്രിയുഗി നാരായണക്ഷേത്രവും ഇവിടെയടുത്തായിട്ടാണ്.

ഗൗരികുണ്ഡിൽ തപ്തകുണ്ഡുകളുണ്ട്. കേദാർനാഥ് ദർശനത്തിന് മുമ്പേ തപ്തകുണ്ഡിൽ കുളിച്ച്, ഗൗരിമാതാക്ഷേത്രത്തിൽ ദർശനം നടത്തുന്നത് ആചാരമായി കാണുന്നു. ഇവിടെയാണ് ഗൗരി (പാർവ്വതി) ശിവനെ ഭർത്താവായി കിട്ടാൻ തപസ്സ് ചെയ്തത്. ഒടു വിൽ ശിവൻ പ്രത്യക്ഷപ്പെട്ടതും അവർ അനുരാഗബദ്ധരായതും ഇവിടെ വച്ചാണ്. ഈ സ്ഥലത്തിന്റെ നാമം ഗൗരികുണ്ഡ് എന്നതു തന്നെ പാർവ്വതിയുമായി ബന്ധപ്പെട്ടതായിട്ടാണ് സൂചിപ്പിക്കുന്നത്. ഗൗരികുണ്ഡിൽനിന്ന് കേദാർനാഥിലേക്ക് കാൽനടയായി പോകാൻ 16 കിലോമീറ്റർ ദൂരം താണ്ടണം. കുതിര, ഡോളി തുടങ്ങിയ സംവി ധാനങ്ങളും ലഭ്യമാണ്. യാത്ര അൽപ്പം കഠിനമാണെന്നാണ് യാത്ര ചെയ്തവർ പറയുന്നത്. കേദാർനാഥിൽ പോകുന്നതിനുമുമ്പ് സർ ക്കാർ രജിസ്ട്രേഷൻ ആവശ്യമാണ്. അതിനുള്ള സൗകര്യവും ഗൗരി കുണ്ഡിലുണ്ട്. നല്ല തിരക്ക് നിയന്ത്രിക്കുവാനുള്ള സംവിധാനങ്ങൾ ഗൗരകുണ്ഡിൽ കുറവാണെന്നാണ് അറിഞ്ഞത്.

ഞങ്ങൾ ഹെലികോപ്റ്റർ സർവ്വീസ് ഓഫീസിലെത്തി വന്ന വിവരം അറിയിച്ചു. അവർ ഞങ്ങളുടെ രേഖകൾ പരിശോധിച്ചു. അൽപ്പസമയത്തിനകം ഞങ്ങളുടെ ഊഴമെത്തി. കേദാർനാഥന്റെ മണ്ണിനെ ഒന്നുകൂടെ വണങ്ങി. ആകാശവാഹനം ഞങ്ങളെയും

കൊണ്ട് തിരികെ യാത്രയായി. ഹെലികോപ്റ്ററിൽ ഇരുന്നപ്പോഴും ദിവ്യദർശനം സാധ്യമാക്കിത്തന്ന ആ പുണ്യശക്തിയെ ഏകാഗ്ര മായ മനസ്സോടെ പലവുരു വണങ്ങി.

ഇതാ, ഞങ്ങൾ തിരികെ സേർസിയിൽ എത്തിയിരിക്കുന്നു. ഡ്രൈവർ ഹെലിപ്പാഡിനടുത്തുതന്നെ ഞങ്ങളെ കാത്തുനിൽക്കുന്നു ണ്ടായിരുന്നു. ഞങ്ങളുടെ മുഖഭാവം കണ്ടിട്ടാകണം ഡ്രൈവർ ചോദിച്ചു.

"നല്ല ദർശനം കിട്ടിയല്ലേ?"

"അതെ. എല്ലാം ശുഭകരമായിരുന്നു' എന്ന് പറഞ്ഞു. നേരേ ഹോട്ടലിൽ പോയി. സ്യൂട്ട്കേസുകൾ എല്ലാം ഭദ്രം. ജി.എം ഞങ്ങ ളുടെ വരവ് കാത്തുനിൽക്കുന്നുണ്ടായിരുന്നു. എല്ലാ ആതിഥ്യമര്യാദ കൾക്കും ഞങ്ങൾ ഹൃദയത്തിന്റെ ഭാഷയിൽ നന്ദി പറഞ്ഞു. ശാന്ത സുന്ദരമായ അന്തരീക്ഷം. സൂര്യകിരണങ്ങളുടെ സ്നേഹതാപം ഞങ്ങളെ പുൽകിയപ്പോൾ മനസ്സിൽ വല്ലാത്തൊരുണർവ്.

ലഗേജുമായി കാറിനെ ലക്ഷ്യമാക്കി ഞങ്ങൾ നടന്നു.

"ഇവിടത്തെ കാലാവസ്ഥ, സ്ത്രീകളുടെ സ്വഭാവം പോലെയാണ്. എപ്പോൾ മാറുമെന്ന് പറയാൻ പറ്റില്ല."

രണ്ട് ചെറുപ്പക്കാർ തമാശരൂപേണ തമ്മിൽ പറഞ്ഞുകൊണ്ട് ഞങ്ങളുടെ മുമ്പിലൂടെ നടന്നുപോയി. ഞാൻ അറിയാതെ ചിരിച്ചു. ആ കമന്റ് ഹിന്ദിയിലായതുകൊണ്ട് രമയ്ക്ക് മനസ്സിലായില്ല. തുടർന്ന് ഞങ്ങൾ ബദരിനാഥിലേക്ക് യാത്രയായി.

ത്രിയുഗിനാരായണം

സംതൃപ്തമനസ്കരായി ഞങ്ങൾ ഗുപ്തകാശിയോട് വിട പറഞ്ഞു. ഞങ്ങളുടെ തീർത്ഥാടനം തുടങ്ങിയിട്ട് ഇന്ന് എട്ടാമത്തെ ദിവസമാണ്. ചാർധാമുകളിൽ മൂന്നെണ്ണത്തിന്റെ ദർശനം കഴിഞ്ഞു. ഇനി ബദരിനാഥാണ് അവശേഷിക്കുന്നത്. ഗുപ്തകാശിയിൽനിന്ന് ബദരിനാഥിലേക്ക് 185 കിലോമീറ്റർ ദൂരമുണ്ട്. ഇപ്പോൾ പകൽ പന്ത്രണ്ട് മണി കഴിഞ്ഞിരിക്കുന്നു. ഇന്ന് രാത്രി 'ചോപ്താ' എന്ന സ്ഥലത്താണ് തങ്ങുന്നത്. റോഡിൽ നല്ല തിരക്കുള്ളതു കാരണം കാർ മന്ദഗതിയിലാണ് നീങ്ങുന്നത്.

"സാബ്, നമ്മൾ പോകുന്ന വഴിക്ക് കുറച്ചു ദൂരം ഉള്ളിലേക്കു പോയാൽ 'ത്രിയുഗിനാരായണക്ഷേത്രം' ഉണ്ട്. നിങ്ങളുടെ യാത്രാ പാക്കേജിൽ ഉൾപ്പെടുത്തിയിട്ടില്ലാത്ത സ്ഥലമാണ്. എനിക്ക് രണ്ടാ യിരം രൂപ അധികം തന്നാൽ ഞാൻ അങ്ങോട്ട് കൊണ്ടുപോകാം. ശിവപാർവ്വതി വിവാഹം നടന്ന ക്ഷേത്രമാണ്. താൽപ്പര്യമുണ്ടോ?"

ഡ്രൈവറുടെ ചോദ്യത്തിനുമുന്നിൽ പെട്ടെന്ന് ഒരു ഉത്തരം പറയാൻ സാധിച്ചില്ല. വായിച്ചറിവിലെവിടെയോ ഈ ക്ഷേത്രത്തെക്കുറിച്ച് കേട്ടിരിക്കുന്നു.

“പോയാലോ?” രമയോട് ചോദിച്ചു. അവൾ പോകാമെന്ന് സമ്മതിച്ചു.

രണ്ടായിരം കൂടുതലല്ലേ എന്ന എന്റെ ചോദ്യത്തിന് ഡ്രൈവർ ദൃഢമായിത്തന്നെ മറുപടി പറഞ്ഞു ‘കുറയ്ക്കില്ല’ എന്ന്. സാധാരണഗതിയിൽ, കുറഞ്ഞ വിലയാണെങ്കിലും വിലപേശി ഒരു രൂപയെങ്കിലും കുറച്ചുകിട്ടുകയാണെങ്കിൽ അതിൽ സംതൃപ്തി നേടുന്ന ശീലമുള്ളതുകൊണ്ടാണ് ഒരു വിലപേശൽ ശ്രമം നടത്തിയത്. പക്ഷേ ഡ്രൈവറുടെ സമീപനത്തിൽ എന്റെ വിലപേശൽ വിലപ്പോയില്ല. രണ്ടായിരത്തിനുതന്നെ ഉറപ്പിച്ചു. വണ്ടി ത്രിയുഗിനാരായണ ക്ഷേത്രത്തിലേക്ക് യാത്രയായി.

ഗുപ്തകാശിയിൽനിന്ന് 20 കിലോമീറ്ററാണ് സോനപ്രയാഗിലേക്ക്. സോനപ്രയാഗിൽനിന്ന് വളരെയടുത്താണ് ത്രിയുഗിനാരായണക്ഷേത്രം. കേദാർനാഥിലേക്ക് നടന്ന് പോകുന്നവർ സോനപ്രയാഗ് വഴിയാണ് പോകേണ്ടത്. മാത്രമല്ല, സോനപ്രയാഗ്വരെ മാത്രമേ സ്വകാര്യവാഹനയാത്ര അനുവദിച്ചിട്ടുള്ളൂ. സോനപ്രയാഗ് ഒരു ചെറിയ പ്രദേശമാണ്. 2013 ലെ മഹാപ്രളയവും പിന്നാലെ വന്ന ചെറുപ്രളയങ്ങളുമെല്ലാം കനത്ത നാശനഷ്ടങ്ങളാണ് ഈ സ്ഥലത്തിന് സമ്മാനിച്ചത്. റോഡിന്റെ വീതിക്കുറവും പുറമേ റോഡിലെ വളവുകളും കുഴികളും യാത്ര അൽപ്പം ക്ലേശകരമാക്കുന്നുണ്ട്.

ഞങ്ങൾ ഒരു മണിക്ക് സോനപ്രയാഗിലെത്തി. വളരെ വിശാലമായ കാർപാർക്കിംഗ് സ്ഥലം. വിചാരിച്ചതിലധികം തിരക്കുണ്ട്. ചെറുതും വലുതുമായ ധാരാളം ഹോട്ടലുകളും കാണാം. മന്ദാകിനി നദിയും സോനഗംഗയും സംഗമിക്കുന്ന സ്ഥലമാണ് സോനപ്രയാഗ്. സോനഗംഗയെ വാസുകീനദിയെന്നും ബാസുകീനദിയെന്നും വിളിക്കാറുണ്ട്. സ്വർണവർണത്തിലുള്ള ശിവലിംഗശിലകൾ ധാരാളം ഉള്ള സ്ഥലമായതുകൊണ്ടാണ് സോനഗംഗ എന്ന് ഈ നദിക്ക് പേര് കിട്ടിയതെന്ന് പറയപ്പെടുന്നു. ഞങ്ങൾ സഞ്ചരിച്ച റോഡ് ഉയർന്ന തലത്തിൽ ആയതിനാൽ താഴെയുള്ള സോനപ്രയാഗിന്റെ ഭാഗി ആസ്വദിച്ച് യാത്ര ചെയ്യാനായി.

സോനപ്രയാഗിൽനിന്ന് തീർത്ഥാടകർ കാൽനടയായും ത്രിയുഗിനാരായണ ക്ഷേത്രത്തിൽ പോകാറുണ്ട്. സ്വകാര്യ ജീപ്പുകളും കാറുകളും ധാരാളം ലഭ്യമാണ്. സോനപ്രയാഗിൽനിന്നുള്ള ഞങ്ങളുടെ

യാത്ര ദുഷ്കരമായിരുന്നു. തീരെ വീതി കുറഞ്ഞ റോഡ്, വർഷ ങ്ങൾക്കു മുമ്പെങ്ങോ, റോഡിന്റെ നിർമാണസമയത്ത് ചെയ്ത ടാറിംഗ് ആണ്. അവിടവിടെയുള്ള കുഴികളുടെ ആഴവും എണ്ണവും അസംഖ്യമാണ്. ത്രിയുഗിനാരായണ ക്ഷേത്രം സ്ഥിതിചെയ്യുന്ന സ്ഥലം ജനസംഖ്യ വളരെ കുറഞ്ഞ ഒരു ചെറിയ ഗ്രാമമാണ്. തീർത്ഥാടനകാലത്ത് മാത്രമാണ് ഇവിടെ തിരക്കുള്ളത്. ഡ്രൈവർ സ്ഥല മെത്തിയെന്നറിയിച്ചു. ഞങ്ങൾ ഇറങ്ങി മുമ്പേ നടന്നുപോകുന്ന സന്ദർശകരെ പിൻതുടർന്നു.

റോഡിനിരുവശത്തും പൂജാസാധനങ്ങളും ശീതളപാനീയങ്ങളും വിൽപ്പന നടത്തുന്ന ചെറിയ കടകൾ ഉണ്ട്. ക്ഷേത്രം, തറനിരപ്പിൽ നിന്ന് കുറച്ചു താഴ്ന്ന സ്ഥലത്താണ് സ്ഥിതിചെയ്യുന്നത്. പടികളി റങ്ങി വേണം ക്ഷേത്രമുറ്റത്തെത്താൻ. ഏതാണ്ട് കേദാർനാഥ് ക്ഷേത്ര ത്തിന്റെ മാതൃകയിലാണ് ക്ഷേത്രനിർമിതി. ചെറിയ ഈ ക്ഷേത്ര ത്തിന്റെ ശ്രീകോവിലിന് മുകളിലായി ഉയർന്ന ഗോപുരവും താഴിക ക്കുടവുമുണ്ട്. അർത്ഥമണ്ഡപം ശ്രീകോവിലിനോട് ചേർന്ന് രണ്ടു വശവും ചരിച്ചിറക്കിയ കൂരയായിട്ടാണ് നിർമിച്ചിരിക്കുന്നത്. 1200 വർഷം പഴക്കമുണ്ടെന്ന് കരുതപ്പെടുന്ന ഈ ക്ഷേത്രവും ശങ്കരാ ചാര്യരാണ് നിർമിച്ചത് എന്നാണ് ഐതിഹ്യം.

ക്ഷേത്രമുറ്റത്തുള്ള ചെറിയ മൂന്നു കുളങ്ങളിൽ സദാസമയവും ജലം നിറഞ്ഞുകൊണ്ടേയിരിക്കും. ബ്രഹ്മകുണ്ഡ്, വിഷ്ണുകുണ്ഡ്, രുദ്രകുണ്ഡ് എന്നീ നാമങ്ങളിലാണ് ഈ കുളങ്ങൾ അറിയപ്പെടു ന്നത്. ഈ ജലം പുണ്യതീർത്ഥമായി കണക്കാക്കി ഭക്തർ ശേഖരിച്ചു കൊണ്ട് പോകുന്നതുകണ്ടു. ക്ഷേത്രപരിസരത്തുള്ള കടകളിലും ഈ തീർത്ഥജലം വിൽപ്പനയ്ക്കായി വച്ചിരിക്കുന്നതായി കണ്ടു. വിഷ്ണുഭഗവാന്റെ നാഭിയിൽനിന്നു വരുന്നു എന്ന വിശ്വാസമാണ് ഈ ജലത്തിന് ഇത്രത്തോളം ദിവ്യത്വം നൽകുന്നത്. ക്ഷേത്രത്തിലെ പ്രധാന പ്രതിഷ്ഠ വിഷ്ണുഭഗവാനാണ്. ഈ ക്ഷേത്രത്തിൽ വച്ചാണ് ശിവപാർവ്വതീവിവാഹം വിഷ്ണുഭഗവാൻ നടത്തിയത് എന്ന് വിശ്വസിക്കപ്പെടുന്നു.

ശിവപാർവ്വതീവിവാഹം നടന്ന സ്ഥലമാണെങ്കിലും ക്ഷേത്രം അറിയപ്പെടുന്നത് സ്വയംവരം നടത്തിക്കൊടുത്ത വിഷ്ണുഭഗവാന്റെ പേരിലാണ്. തിരക്ക് കുറവായതുകൊണ്ട് ഞങ്ങൾ പ്രയാസമെന്യേ അർത്ഥമണ്ഡപത്തിൽ പ്രവേശിച്ചു. അർത്ഥമണ്ഡപത്തിൽ കാലാ ന്തരങ്ങളായി ജ്വലിക്കുന്ന ആ ദിവ്യപ്രഭ കണ്ടു. രമ പത്ത് രൂപയ്ക്ക് ദേവദാരു വിറക് വാങ്ങി ആ ഹോമകുണ്ഡത്തിൽ നേർച്ചയായി അർ പ്പിച്ചു. ഈ അഗ്നിയെ സാക്ഷിയാക്കിയാണ് ശിവപാർവ്വതീവിവാഹം നടന്നതെന്നാണ് വിശ്വാസം. ഞങ്ങൾ ഹോമകുണ്ഡത്തിലെ നേർച്ച

നടത്തി ശ്രീകോവിലിന് മുന്നിലേക്ക് നടന്നു. വിഷ്ണുഭഗവാനെ കൂടാതെ പാർവ്വതി, സരസ്വതി, ശങ്കരാചാര്യർ, കുബേരൻ തുടങ്ങിയ പ്രതിഷ്ഠകളും ഉണ്ടെന്നാണ് പൂജാരി പറഞ്ഞത്.

'ശിവന്റെ പ്രതിഷ്ഠയില്ലേ' എന്ന ചോദ്യത്തിന്, ഇവിടെ ശിവ ഭഗവാന്റെ നിറസാന്നിധ്യമുണ്ടെന്ന മറുപടിയാണ് പൂജാരി തന്നത്. വായിച്ചറിവിൽ പലതിലും ശിവപ്രതിഷ്ഠയുണ്ട് എന്നാണറിഞ്ഞത്. ദർശനം കഴിഞ്ഞ് പുറത്തിറങ്ങി. തണുപ്പ് തീരെയില്ല. സൂര്യകിരണ ങ്ങളുടെ ശക്തിക്ക് ശൈത്യം വഴിമാറിയിരിക്കുന്നു. ഞങ്ങൾ കുറച്ച് ഫോട്ടോകൾ എടുത്തു. അൽപ്പനേരം പടിക്കെട്ടിലിരുന്നു. ശിവപാർ വ്വതിമാർ യുവമിഥുനമായി വിരാജിച്ച സ്ഥലമാണിതെന്ന് സങ്കൽ പ്പിച്ചപ്പോൾ കൂടുതൽ ഭക്തി ഉള്ളിലുദിച്ചു. ഇപ്പോഴും ഈ ക്ഷേത്ര സന്നിധിയിൽവച്ച് വിവാഹങ്ങൾ നടത്താറുണ്ട്. ഇവിടെവച്ച് വിവാഹ കർമങ്ങൾ നടത്തുന്നത് അതിവിശിഷ്ടമാണെന്നാണ് പൊതു വിശ്വാസം. മിക്ക ദിവസങ്ങളിലും വിവാഹച്ചടങ്ങുകൾ നടക്കുന്ന തായും ഒരു വൃദ്ധൻ പറഞ്ഞു.

ഞങ്ങൾ ഏതെങ്കിലും ഹോട്ടലുണ്ടോയെന്ന് തിരക്കി പടിക്കെട്ടു കൾ കയറി ദർശനത്തിന് പോകുന്നതിനുമുമ്പേ സൂക്ഷിക്കാൻ ഏല്പിച്ച ഞങ്ങളുടെ പാദരക്ഷകൾ ടോക്കൻ കൊടുത്ത് തിരികെ വാങ്ങി യാത്രപറഞ്ഞ് റോഡിനെ ലക്ഷ്യമാക്കി നടന്നു. ചുറ്റും മനോ ഹരമായ മലനിരകളാണ്. ഞാൻ നേരത്തെ എഴുതിയപോലെ ത്രിയുഗിനാരായണം, സോനപ്രയാഗ്, ഗൗരികുണ്ഡ് എന്നീ സ്ഥല ങ്ങളെല്ലാം ശിവപാർവ്വതിമാരുടെ വിഹാരകേന്ദ്രങ്ങളായിട്ടാണ് വിശ്വസിക്കുന്നത്. ഈ ദിവ്യസ്ഥലദർശനം ഞങ്ങളുടെ യാത്രാ പദ്ധതിയിൽ ഇല്ലായിരുന്നു എങ്കിലും ഡ്രൈവർ നിമിത്തമാണ് ഈ ദർശനസൗഭാഗ്യം കൈവന്നത്. എല്ലാം ഭഗവാന്റെ ഇച്ഛയെന്ന് മന സ്സിൽ പ്രാർത്ഥിച്ച് ഞങ്ങൾ ഒരു ഹോട്ടലിൽനിന്ന് ഭക്ഷണം കഴിച്ചു. രാവിലെ കേദാർനാഥിലെ ടീസ്റ്റാളിൽനിന്നു കഴിച്ച ചായയും കിഴങ്ങ് പക്കാവടയുമല്ലാതെ വേറൊന്നും അന്നേദിവസം കഴിച്ചിരുന്നില്ല എന്ന സത്യം അപ്പോഴാണ് ഓർമിച്ചത്.

ഞങ്ങൾ യാത്ര പുനരാരംഭിച്ചു. ഇന്നത്തെ രാത്രി 'ചോപ്ത' എന്ന സ്ഥലത്താണ് എന്നാണ് നിശ്ചയിച്ചിരിക്കുന്നത്. ഇരുട്ട് പരക്കും മുമ്പ് അവിടെയെത്തണമെന്ന് ഞങ്ങൾ ആശിച്ചു.

ചോപ്ത

തികച്ചും വനമേഖലയായ ഈ പ്രദേശം ഉത്തരാഖണ്ഡിലെ സ്വിറ്റ്സർലാന്റ് എന്നാണ് അറിയപ്പെടുന്നത്. വളരെ മനോഹരമായ

പച്ചപ്പ് നിറഞ്ഞ താഴ്‌വാരങ്ങളാണ് ഈ സ്ഥലത്തിന്റെ പ്രത്യേകത. കോൺക്രീറ്റ് നിർമിതികൾ താരതമ്യേന കുറവാണ്. സമുദ്രനിരപ്പിൽ നിന്ന് 2608 മീറ്റർ ഉയരത്തിലാണ് ഈ സ്ഥലം സ്ഥിതി ചെയ്യുന്നത്. പഞ്ച്കേദാറിൽപ്പെട്ട തുംഗനാഥ് ക്ഷേത്രത്തിൽ പോകേണ്ടതും ഇവിടെനിന്നാണ്. രുദ്രപ്രയാഗിൽനിന്ന് ധാരാളം സർക്കാർ സ്വകാര്യ വാഹനസൗകര്യങ്ങളുണ്ട്. ട്രക്കിംഗിന് പ്രസിദ്ധമായ സ്ഥലം കൂടിയാണ് ചോപ്ത്ത. പ്രകൃതിരമണീയമായ വനാന്തരങ്ങളിലൂടെയാണ് ഞങ്ങളുടെ വാഹനം സഞ്ചരിക്കുന്നത്. ശൈത്യത്തിന്റെ കാഠിന്യം ഏറിവരുന്നുണ്ട്.

സന്ധ്യയോടെ ഞങ്ങൾ താമസസ്ഥലത്തെത്തി. റോഡിൽ നിന്നും ഏകദേശം മുക്കാൽ കിലോമീറ്ററോളം നടന്നാണ് താമസസ്ഥലത്തേക്ക് പോകേണ്ടത്. ഞങ്ങളുടെ ലഗേജ് വഹിക്കാനായി ഒരു ഹോട്ടൽ ജീവനക്കാരൻ റോഡിൽ കാത്തു നിന്നിരുന്നു. ഒരു വനപ്രദേശത്ത് കുറെ കൂടാരങ്ങൾ മാത്രമുള്ള ഒരു ക്യാമ്പുപോലെയാണവിടം. ചുറ്റും മലനിരകൾ. ഞങ്ങൾ ഞങ്ങൾക്കുവേണ്ടി തരപ്പെടുത്തിയ കൂടാരത്തിൽ പ്രവേശിച്ചു. ആധുനികസൗകര്യങ്ങളൊന്നുംതന്നെയില്ല. ചിമ്മിനിവെട്ടം പോലെ മിന്നുന്ന ഒരു ബൾബ്, പുല്ലു കിളിർത്ത് നിൽക്കുന്ന തറ, കട്ടിലും മെത്തയും പുതപ്പുകളുമുണ്ട്. ബാത്ത്റൂമിൽ മണൽ വിതറിയ തറയിൽ കരിങ്കൽചീളുകൾ അവിടവിടെയായി ഇട്ടിട്ടുണ്ട്. യൂറോപ്യൻ ക്ലോസറ്റുണ്ട്. പൈപ്പിൽ നിന്ന് നൂലുപോലെ ഐസ് വെള്ളം വരുന്നുണ്ട്. മൊത്തത്തിൽ ഒരു അപരിഷ്കൃത സെറ്റപ്പ്. പ്രദേശമാകെ സന്ധ്യയുടെ സൗവർണ ഭംഗി പരന്നൊഴുകുന്നു. ശീതക്കാറ്റിനോട് കിന്നാരം പറയുന്ന പച്ചിലകൾ.

“ഇവിടെ രാത്രി സുരക്ഷിതമാണോ?” ഞാൻ എന്റെ പെട്ടികൾ കൊണ്ടുവന്ന ഹോട്ടൽ ജീവനക്കാരനോട് ചോദിച്ചു.

“സാബ്, ഒന്നുകൊണ്ടും പേടിക്കണ്ട. ഞങ്ങൾ രാത്രി ഉറങ്ങാറില്ല. നിങ്ങൾക്ക് കാവലായിട്ട് ജാഗരൂകരായിട്ടുണ്ടാകും. പിന്നെ, രാത്രി ചെക്ക് ഇൻ കഴിഞ്ഞാൽ പ്രത്യേക പരിശീലനം കൊടുത്ത പട്ടികളുണ്ട്. അവരാണ് ഇവിടത്തെ സെക്യൂരിറ്റിക്കാർ. രാത്രി പത്ത് മണിവരെയേ വൈദ്യുതി ലൈറ്റ് ഉണ്ടാകുകയുള്ളൂ. ചിമ്മിനി വേണമെങ്കിൽ ആവശ്യാനുസരണം ഞങ്ങൾ എത്തിച്ചുതരുന്നതാണ്. ഇവിടെ വൈദ്യുതി സോളാർ എനർജിയാണ്. ചൂടുവെള്ളം ആവശ്യാനുസരണം ബക്കറ്റിൽ എത്തിച്ചുതരും. പിന്നെ ഭക്ഷണവും ഞങ്ങൾ ഇവിടെ എത്തിച്ചുതരാം. ലിമിറ്റഡ് മെനുവാണ്, പറഞ്ഞാൽ മതി. സാബ്, ഞങ്ങളുടെ ഈ രീതികൾ ഇഷ്ടപ്പെടുന്ന ഒരുപാട് വിനോദ

സഞ്ചാരികളുണ്ട്. അങ്ങേക്കും ഇഷ്ടപ്പെടുമെന്ന് ഉറപ്പാണ്. ഞങ്ങളുടെ കൂടാരങ്ങൾ എന്നും ഫുള്ളാണ്."

ഒന്നും ചോദിക്കാതെതന്നെ അവൻ എല്ലാ കാര്യങ്ങളും ഒറ്റശ്വാസത്തിൽ പറഞ്ഞുനിർത്തി. രാത്രിഭക്ഷണം അവൻ കൂടാരത്തിൽ എത്തിച്ചു തന്നു; ഒപ്പം ചൂടുവെള്ളവും. ഭക്ഷണം കഴിച്ച് കഴിഞ്ഞപ്പോൾ കൂടാരത്തിനു പുറത്ത് ഒരു കാൽപെരുമാറ്റം അടുത്തടുത്തു വരുന്നു. ഞങ്ങൾ കൗതുകത്തോടെ കാതോർത്തു. 'ആരാണെന്ന്' ചോദിച്ചപ്പോൾ 'താങ്കളുടെ ഡ്രൈവർ ആണ്' എന്നു മറുപടി ലഭിച്ചു.

ഞാൻ കൂടാരത്തിന്റെ ശീലക്കതക് മാറ്റി പുറത്തിറങ്ങി, ഹോട്ടൽ ജീവനക്കാരനുമുണ്ട് ഡ്രൈവർ! എന്തോ പറയാൻ വന്നതാണ്. നിലാവിന്റെ നീലവെളിച്ചത്തിൽ കൂടാരങ്ങളും പരിസരവും അതിമനോഹരമായി കാണപ്പെട്ടു. ഇന്ദ്രിയങ്ങളെ തഴുകിയുണർത്തുന്ന ശീതക്കാറ്റ് ആസ്വാദനത്തിന് ഭംഗം വരുത്തിയില്ല. എങ്കിലും അധികനേരം അങ്ങനെ നിൽക്കാനായില്ല. അത്രയ്ക്ക് അസഹനീയമായിരുന്നു ശൈത്യം. ഞാൻ അവരെ അകത്തേക്കു വിളിച്ച് കാര്യം തിരക്കി.

"സാബ്, ക്ഷമിക്കണം. മൊബൈലിൽ റേഞ്ചില്ല. അതാണ് നേരിട്ട് വന്നത്. ഇന്ന് ബദരിയിൽ ദർശനത്തിന് അഞ്ച് മണിക്കൂർ സമയമെടുത്തു, അത്രയ്ക്ക് തിരക്കാണ് എന്ന് എന്റെ ഒരു സുഹൃത്ത് അറിയിച്ച കാര്യം പറയാനാണ് വന്നത്."

"അതുകൊണ്ട്?" ഞാൻ പറഞ്ഞു തീരുന്നതിനുമുമ്പേ അവൻ പറഞ്ഞുതുടങ്ങി

"നാളെ എത്ര നേരത്തേ ഇവിടെനിന്നും യാത്ര തിരിക്കാനാകുമോ അത്രയും നേരത്തേ പുറപ്പെടണം. നാളെത്തന്നെ അവിടെ ദർശനം കിട്ടിയില്ലെങ്കിൽ മറ്റന്നാൾ ചില സ്ഥലങ്ങളിലേക്കുള്ള യാത്ര ഉപേക്ഷിക്കേണ്ടിവരും."

"സാബ്, പ്രഭാതഭക്ഷണം എത്രമണിക്ക് വേണമെന്ന് പറഞ്ഞാൽ എത്തിക്കാം." ജീവനക്കാരൻ അവന്റെ ചുമതല വ്യക്തമാക്കി.

'ശരി നോക്കാ'മെന്നുപറഞ്ഞ് അവരെ യാത്രയാക്കി.

പക്ഷേ രാവിലെ എങ്ങനെയായാലും ഒൻപതുമണിയെങ്കിലും ആകാതെ യാത്ര തിരിക്കാനാകുമെന്ന് തോന്നുന്നില്ല. കാലാവസ്ഥ തന്നെയാണ് പ്രധാന പ്രതിബന്ധം. രമ നല്ല മയക്കത്തിലാണ്. മനസ്സിൽ പല ചിന്തകളും ഉയിർത്തെഴുന്നേറ്റു. 'റാവൽജി' മലയാളിയാണെന്നും കണ്ണൂരിലെ ഒരില്ലത്തിൽ നിന്നുമാണെന്ന വിവരം ഓർമയിൽ തങ്ങിനിന്നു. മൊബൈലിൽ റേഞ്ചുമില്ല. എന്തായാലും വരും

പോലെ കാണാമെന്നു കരുതി. നാട്ടിലെ ഒരു സുഹൃത്ത് സാബുവിന് ഒരു ശബ്ദസന്ദേശം അയച്ചു.

"ഞാൻ നാളെ ബദരിയിലെത്തും. വല്ലാത്ത തിരക്കാണെന്നാണ് അറിഞ്ഞത്. റാവൽജി, അതായത് മേൽശാന്തി മലയാളിയായ കണ്ണൂർക്കാരനാണ് എന്നാണ് ഞാൻ മനസ്സിലാക്കിയത്. എങ്ങനെയെങ്കിലും ഒന്നു ബന്ധപ്പെടാൻ സാധ്യമാകുമോ, ശ്രമിക്കുക."

ശബ്ദസന്ദേശം അയച്ചശേഷം, റേഞ്ച് വരുമ്പോൾ എത്തേണ്ടിടത്ത് എത്തും എന്ന വിശ്വാസത്തിൽ ഞാൻ നിദ്രാദേവിയുടെ അനുഗ്രഹം തേടി. വൈദ്യുതി പോയതൊന്നും അറിഞ്ഞില്ല. പ്രഭാത സൂര്യൻ ഇളംചൂടുള്ള കൈകൊണ്ട് തട്ടിയുണർത്തി. കൂടാരത്തിന്റെ പുറത്ത് വന്നപ്പോഴാണ് 'വെറുതെയല്ല ഈ സ്ഥലത്തിനെ സ്വിറ്റ് സർലാന്റിനോട് ഉപമിക്കുന്നതെ'ന്ന് മനസ്സിലായത്. പ്രകൃതി സൗന്ദര്യം നിറഞ്ഞൊഴുകുന്നു, ചുറ്റും മഞ്ഞുമലകൾ, വിശാലമായ താഴ്വാരം; അങ്ങിങ്ങായി തലയുയർത്തി നിൽക്കുന്ന വൃക്ഷങ്ങൾ, മലനിരകളിൽനിന്നും അരിച്ചിറങ്ങുന്ന ജലസ്രോതസ്സുകൾ കൊച്ചരുവികളായി സംഗീതാത്മകമായി ഒഴുകുന്നു. പ്രഭാതത്തിലെ നേർത്ത ചൂടിനെ പരാജയപ്പെടുത്തുന്ന ശീതക്കാറ്റ്.

എന്റെ കൂടാരത്തിന് പുറകിലായി ചെറുപ്പക്കാരായ നവദമ്പതികൾ ഒരു കമ്പിളിപ്പുതപ്പ് രണ്ടുപേരുടെയും തലവഴിമൂടി ഒരു ഗ്ലാസിലെ ആവിപറക്കുന്ന ചായ മാറി മാറി മുത്തമിട്ടു കുടിക്കുന്നു. അവരുടെ ചില ശൃംഗാരചേഷ്ടകളും സീൽക്കാരച്ചിരിയും എന്റെ ശ്രദ്ധയെ അങ്ങോട്ടേക്ക് ക്ഷണിച്ചു. ശരിയല്ലെങ്കിലും നോക്കാതിരിക്കാനായില്ല. ഹിന്ദി സിനിമാതാരങ്ങളെ അനുസ്മരിപ്പിക്കുന്ന സൗന്ദര്യം അവർക്കുണ്ട്. അതുകൊണ്ടാണോ എന്നറിയില്ല അവർ ഇരിക്കുന്ന ശിലാതലത്തിനും പരിസരദൃശ്യങ്ങൾക്കും സൗന്ദര്യം തോന്നിച്ചു. പരിചിതമല്ലാത്ത സ്ഥലത്തും ആൾക്കാരുടെയിടയിലും അവരാരാണെന്ന് ആരും തിരിച്ചറിയില്ല എന്ന ബോധംമൂലമായിരിക്കണം അവരുടെ സ്വയംമറന്നുള്ള പെരുമാറ്റമെന്ന് എനിക്ക് തോന്നി. എന്തായാലും ചേർച്ചയുള്ള യുവമിഥുനം.

പ്രഭാതകൃത്യങ്ങളും പ്രഭാതഭക്ഷണവും കഴിഞ്ഞ് ഒൻപതുമണിക്ക് ഞങ്ങൾ ബദരിനാഥിലേക്ക് യാത്ര തിരിച്ചു. ഈ തീർത്ഥാടനയാത്രയിൽ ഇതേവരെ കടന്നുപോയ രാത്രികളേക്കാൾ സുഖപ്രദമായിരുന്നു ചോപ്തയിൽ കഴിഞ്ഞ രാത്രി എന്ന് അനുസ്മരിക്കാതെ വയ്യ.

ബദരിനാഥ്

ചോപ്ത്തയിൽനിന്ന് ബദരിയിലേക്കുള്ള യാത്രയുടെ തുടക്കം വനാന്തരങ്ങളിലൂടെയാണ് ആരംഭിച്ചത്. റോഡിനിരുവശവും ഹരിതാഭമായ പുൽമേടുകളും സസ്യജാലങ്ങളും നിറഞ്ഞതായിരുന്നു. അകലെയായി വെള്ളപൂശിയപോലെ മലനിരകളും ദൃശ്യമായിരുന്നു. നേരിട്ട് കണ്ടപ്പോഴാണ് ചോപ്ത്ത വായിച്ചറിഞ്ഞതിനേക്കാൾ സുന്ദരിയാണെന്ന് മനസ്സിലായത്. കുറേ ദൂരം സഞ്ചരിച്ച് ഞങ്ങൾ അളകനന്ദാതീരത്തെത്തി. വിജനമായ പ്രദേശങ്ങളാണ് ഭൂരിഭാഗവും. ചാർധാം യാത്രയിൽ ഞാൻ മനസ്സിലാക്കിയ പല കാര്യങ്ങളിൽ ഒന്നാണ്, റോഡുകളുടെ നിർമിതി നദീതീരത്തുകൂടെയാണ് എന്നത്. നിർമാണം നടത്താൻ എളുപ്പം നദീതീരത്തുള്ള സമതലങ്ങൾ ആണ് എന്നതാകാം ഇതിന് കാരണം.

അളകനന്ദയുടെ പ്രവാഹത്തിന് ഭാഗീരഥിയോളം ശക്തിയില്ല. ഭഗവാൻ ശിവൻ തന്റെ ജടയിൽ ഗംഗയെ അടക്കി നിർത്തിയപ്പോൾ തെറിച്ചുവീണ തുള്ളികളിൽ ഒന്നാണ് അളകനന്ദ എന്നാണല്ലോ സങ്കൽപ്പം. അതുകൊണ്ടായിരിക്കാം ശക്തി കുറഞ്ഞതെന്നു കരുതാം. ഭാഗീരഥിയെപ്പോലെ തെളിമ കുറഞ്ഞ ജലമാണ് ഈ നദിയിലും ഒഴുകുന്നത്. ബദരി യാത്രയിൽ ഞാൻ മനസ്സിലാക്കിയ വേറൊരു സവിശേഷതയാണ് ഭാഗീരഥിക്കും മന്ദാകിനിക്കും അളകനന്ദയ്ക്കും ഇല്ലാത്ത സ്നിഗ്ധത യമുനാജലത്തിനുണ്ട് എന്നത്.

റോഡിന്റെ പല ഭാഗത്തും മരാമത്ത് പണികൾ നടക്കുന്നുണ്ട്. പ്രകൃതി വെള്ളിവെളിച്ചത്തിൽ ആറാടി നിൽക്കുന്നു. ശൈത്യം തീരെയില്ല. ശീതകാലവസ്ത്രങ്ങൾ ഉഷ്ണംകാരണം ഞങ്ങൾക്ക് മാറ്റി ധരിക്കേണ്ടിവന്നു. അളകനന്ദാതീരത്തു കണ്ട ഒരു ഡാബയിൽനിന്ന് ഞങ്ങൾ ഉച്ചഭക്ഷണം കഴിച്ചു. ഉച്ചവെയിലിന്റെ ആലിംഗനത്തിൽ ലാസ്യഭാവമണിയുന്ന അളകനന്ദയ്ക്ക് ഭാഗീരഥിയുടെ രൂപഭാവങ്ങളോട് സാമ്യമുണ്ടെന്നു തോന്നി.

പകലിന്റെ സ്വർണയവനിക നീക്കിക്കൊണ്ട് ഞങ്ങളുടെ വാഹനം മല കയറാൻ തുടങ്ങി. സമുദ്രനിരപ്പിൽനിന്ന് 33000 മീറ്റർ ഉയരത്തിലാണ് ബദരിനാഥ് സ്ഥിതി ചെയ്യുന്നത്. മൂന്ന് മണിയോടെ ഞങ്ങൾ ലക്ഷ്യസ്ഥാനമായ ബദരിയിലെത്തി. ചധുർധാം യാത്രയിൽ ഞങ്ങൾ കണ്ട ഏറ്റവും വലിയ പട്ടണമാണ് ബദരി എന്ന് പറയാം. ആശ്രമങ്ങളും ചെറുതും വലുതുമായ ഹോട്ടലുകളും റസ്റ്റോറന്റുകളും മറ്റ് വ്യാപാരസ്ഥാപനങ്ങളും ഇവിടെ ധാരാളം കണ്ടു.

നീലകണ്ഠപർവ്വതനിരകളുടെ മുന്നിലായിട്ടാണ് ബദരിനാഥ ക്ഷേത്രം. അകലെവച്ചുതന്നെ ക്ഷേത്രഗോപുരം ദൃശ്യമായിരുന്നു. ഞങ്ങൾ ക്ഷേത്രത്തിനടുത്തെത്തി. ഈ ക്ഷേത്രമന്ദിരത്തിന്റെ മുൻഭാഗം ഹിന്ദുക്ഷേത്രമാതൃകയിൽ നിന്ന് വിഭിന്നമായി ഒരു നേപ്പാളി ക്ഷേത്രംപോലെയാണ് തോന്നിച്ചത്. ദർശനത്തിനുവേണ്ടി രൂപം കൊണ്ട അറ്റം കാണാനാകാത്ത നീണ്ട വരി ഞാൻ കണ്ടു. വരിയായി നിൽക്കുന്നവർക്കുവേണ്ടി നടവഴികൾക്ക് മേലാപ്പ് നിർമിച്ച്, ഇരുവശങ്ങളിലും കമ്പിയും ഘടിപ്പിച്ച് ഭംഗിയാക്കിയിട്ടുണ്ടെന്നത് സൗകര്യപ്രദമാണെന്ന് തോന്നി.

ദർശനത്തിന്റെ നീണ്ട വരി കണ്ടപ്പോൾ, ഡ്രൈവർ തലേദിവസം പറഞ്ഞത് സത്യമാണെന്ന് മനസ്സിലായി. അപ്പോഴാണ് സാബുവിനെ ഓർമിച്ചത്. മൊബൈലിൽ സാബുവിനെ വിളിച്ചു. കാൾ പോകുന്നില്ല. കണക്റ്റിവിറ്റി പ്രശ്നമായിരിക്കാം. കുറച്ചുദൂരം കടന്നപ്പോൾ ഡ്രൈവർ പറഞ്ഞു:

“സാബ്, ദർശനം ഇന്ന് സാധ്യമാകുമെന്ന് തോന്നുന്നില്ല. ആ നീണ്ട കൂട്ടംകൂട്ടമായിട്ടുള്ള വരികൾ കണ്ടില്ലേ. നമുക്ക് മാനാഗ്രാമം കാണാൻ പോയാലോ. ഇവിടെനിന്ന് മൂന്നു കിലോമീറ്റർ ദൂരമുണ്ട്.” ആ അഭിപ്രായം ഞങ്ങൾ അംഗീകരിച്ചു.

മാനാഗ്രാമം

ബോർഡർ റോഡ് ഓർഗനൈസേഷൻ സ്ഥാപിച്ചിട്ടുള്ള ഭാരതത്തിന്റെ അവസാന ഗ്രാമത്തിലേക്ക് സ്വാഗതം എന്ന ബോർഡും കടന്ന് ഞങ്ങൾ യാത്രതുടർന്നു. ഒരു വശത്ത് കനകച്ചിലങ്കകെട്ടിയ അളകനന്ദ; മറുവശത്ത് തലയുയർത്തി നിൽക്കുന്ന ശൈലശൃംഗങ്ങൾ! പൂഴി പടർത്തിക്കൊണ്ട് ഞങ്ങളുടെ വാഹനം മാനഗ്രാമത്തിലെത്തി. ബദരിസിറ്റിയിൽനിന്ന് മൂന്നുകിലോമീറ്റർ യാത്ര ചെയ്താൽ മാനഗ്രാമമായി. ഇവിടെനിന്ന് ഒരു കിലോമീറ്ററോളം കാൽനടയായിട്ടാണ് പോകേണ്ടത്. കോൺക്രീറ്റ് പാകിയ ഇടവഴിയിലൂടെ ഞങ്ങൾ നടന്നു. ശീതളപാനീയങ്ങളും ശൈത്യവസ്ത്രങ്ങളും വിൽക്കുന്ന വഴിയോര വാണിഭശാലകൾ ഇടവഴിയിൽ അവിടവിടെയായിക്കണ്ടു.

എല്ലാപേർക്കും ഒരേ മുഖം, ഒരേ ഛായ; മംഗോളിയൻ ശരീരരൂപ പ്രകൃതിയാണ് എല്ലാപേർക്കും. സ്ത്രീകളാണ് അധികവും കച്ചവടം നടത്തുന്നത്. ഞങ്ങൾ മുമ്പേനടന്നുപോകുന്നവരെ അനുധാവനം ചെയ്തു.

കുറേ ദൂരം പിന്നിട്ടപ്പോൾ എല്ലാപേരും വലത്തോട്ട് തിരിഞ്ഞ് പടികൾ കയറി മുന്നോട്ട് പോകുന്നതുകണ്ട് ഞങ്ങളും അനുസരണ യോടെ ആ വഴിതന്നെ നടന്നുകയറി. മാന വളരെ ചെറിയ ഒരു ഗ്രാമമാണ്. ഇതാണ് ഈ ദിശയിലെ ഭാരതത്തിലെ അവസാന ഗ്രാമം! ഇനിയും മുന്നോട്ടുപോയാൽ ചൈനയുടെ പ്രദേശങ്ങൾ തുടങ്ങുക യായി. മാനയുടെ അതിർത്തിവരെയുള്ള ഇന്ത്യൻ സ്ഥലങ്ങളെല്ലാം കരസേനയുടെ നിയന്ത്രണത്തിലാണ്. ഇന്ത്യ-ചൈന യുദ്ധസമയത്ത് മാനവഴി ചൈന നുഴഞ്ഞു കയറാൻ ശ്രമിച്ചിരുന്നു. അതുകാരണം രാജ്യസുരക്ഷയുടെ ഭാഗമായി ചില നിയന്ത്രണങ്ങളൊക്കെ അവിടെ യുണ്ട്. വ്യാസഗുഹ വരെമാത്രമേ നമുക്ക് പോകാൻ അനുവാദമുള്ളൂ. ഇപ്പോൾ 1480 പേരാണ് മാന ഗ്രാമത്തിലെ സ്ഥിരതാമസക്കാർ. ഇവ രിൽ ഭൂരിഭാഗം പേരും അതിശൈത്യസമയത്ത് താഴെ ജോഷിമഠി ലേക്ക് താമസം മാറ്റാറുണ്ട്.

ഞങ്ങൾ ആദ്യം ഗണേശഗുഹയിലെത്തി. സഞ്ചരിച്ചിരുന്ന പാത യിൽനിന്ന് വലത്തോട്ടുതിരിഞ്ഞ് പടികൾ കയറിയാണ് ഗണേശ ഗുഹയിൽ പോകേണ്ടത്. പുറത്തുനിന്നു കണ്ടാൽ ഒരു ചെറുക്ഷേത്ര മാണെന്നേ തോന്നുകയുള്ളൂ. മധ്യത്തിലായി ഗണേശപ്രതിഷ്ഠ. ക്ഷേത്രത്തിന്റെ ഇടതുവശത്തുകൂടെ അകത്തുകയറാം, അകത്ത് നല്ല ഇരുട്ടാണ്. അകത്തുകയറി അൽപ്പസമയം കഴിയുമ്പോഴേ അരണ്ട വെളിച്ചം അനുഭവപ്പെടൂ. വലത്തോട്ടു തിരിഞ്ഞ് ക്ഷേത്രപ്രദക്ഷിണം ചെയ്ത് പുറത്തിറങ്ങി. ഇവിടെയിരുന്നാണത്രേ ഗണേശഭഗവാൻ മഹാഭാരതം എഴുതിയെടുത്തത്. അദ്ദേഹം മഹാഭാരതം എഴുതി ക്കൊണ്ടിരുന്നതിനിടെ, ഒരിക്കൽ കഥയിലെ ചില സങ്കീർണനിമിഷ ങ്ങളിലെ അവാച്യമായ അനുഭൂതി ആസ്വദിച്ച് ചില ചേഷ്ടകളൊക്കെ കാട്ടി ചിരിക്കുകയുണ്ടായി. അപ്പോൾ സരസ്വതി (സരസ്വതീനദി) പുറത്തുനിന്ന് എത്തിനോക്കി, ഗണേശന്റെ ചേഷ്ടകൾ കണ്ട് നിയ ന്ത്രണംവിട്ട് പൊട്ടിച്ചിരിച്ചുപോയി. ഭഗവാൻ തിരിഞ്ഞുനോക്കിയ പ്പോൾ തന്നെ പരിഹസിക്കുന്നതായിട്ടാണ് തോന്നിയത്. 'പുറം ലോകത്തേക്ക് പ്രവഹിക്കാനാകാതെ അന്തർവാഹിനിയായി ഒഴു കട്ടെ' എന്ന വാക്കുകളാൽ ഗണേശഭഗവാൻ സരസ്വതീദേവിയെ ശപിച്ചു. ഈ ശാപംകൊണ്ടാണ് ഉത്ഭവിച്ച സ്ഥലത്തു വച്ചുതന്നെ സരസ്വതീനദി ഭൂമിയുടെ അന്തർഭാഗത്ത് അപ്രത്യക്ഷമായത് എന്നാണ് ഐതിഹ്യം. താൻചൊല്ലുന്ന മഹാഭാരതം എഴുതിയെടു ക്കാൻ അനുയോജ്യനായ ഒരാളിനെ തരണമെന്ന് ബ്രഹ്മാവിനോട്

വ്യാസമഹർഷി അപേക്ഷിച്ചപ്പോൾ വിഘ്നേശ്വരനെ നിർദേശിച്ചത് ബ്രഹ്മാവാണ് എന്നതും ഞാൻ ഗണേശഗുഹയിൽ വച്ച് ഓർത്തെടുത്തു.

ഞങ്ങൾ മുന്നോട്ട് നടന്നു. വ്യാസഗുഹയിലെത്തിയപ്പോൾ ഭീമാകാരമായ ഒരു പാറ ദൃഷ്ടിയിൽപ്പെട്ടു. ഒറ്റനോട്ടത്തിൽ പാറയുടെ കുറെയധികം പാളികൾ അടുക്കിവച്ചിരിക്കുന്നതുപോലെയേ തോന്നൂ. ഗുഹയുടെ മുൻവശം കെട്ടി അടച്ചിട്ടുണ്ട്. ഒരുവശത്ത് അകത്തേക്ക് പ്രവേശിക്കാനായി പ്രവേശനകവാടം കാണാം. മുകളിലായിട്ട് 'The Holy Cave is 5326 years old' എന്ന് ആലേഖനം ചെയ്തിട്ടുണ്ട്. പാദരക്ഷകൾ പുറത്തിട്ട് തികച്ചും ഭക്തിയോടെയും ആകാംക്ഷാനിർഭരമായ ഹൃദയത്തോടെയുമാണ് ഞാൻ അകത്ത് കയറിയത്. പറഞ്ഞറിയിക്കാനാകാത്ത ഒരനുഭൂതി! ലോക ഇതിഹാസമായി ആദരിക്കപ്പെടുന്ന മഹാഭാരതം വ്യാസൻ ചൊല്ലിയതവിടെ വച്ചാണല്ലോ എന്ന സത്യം ഉൾപ്പുളകമുണർത്തി. വ്യാസമഹർഷിയുടെ ഒരു കറുത്ത പ്രതിഷ്ഠയും കണ്ടു. അരണ്ടവെളിച്ചമാണ് അകത്ത്.

ക്ഷേത്രത്തിലെ പാണ്ട ദക്ഷിണയ്ക്കായി കൈനീട്ടിക്കൊണ്ട് സന്തോഷച്ചിരിയോടെ ഞങ്ങളെ വരവേറ്റു. ഞാനൽപ്പനേരം പ്രതിഷ്ഠയ്ക്കഭിമുഖമായി മാറി അഞ്ജലീബദ്ധനായി നിന്നു. കർണ്ണനും അർജ്ജുനനും ദുര്യോധനനും ഭീമനും ദ്രൗപദിയും കുന്തിയും ഗാന്ധാരിയുമെല്ലാം എന്റെ ചുറ്റും കൂടിനിൽക്കുന്നതായി തോന്നി. മനസ്സ് ഇപ്പോൾ മഹാഭാരതകഥയുടെ അകത്തളങ്ങളിൽത്തന്നെ തങ്ങിനിന്നു. 'എല്ലാം എന്തിനായിരുന്നു' എന്ന ചിന്തയോടെ ഊരുകാണ്ഡങ്ങൾ തകർക്കപ്പെട്ട്, രുധിരം വാർന്നൊലിച്ച് മരണമെത്തുന്ന നേരവും കാത്ത് കുരുക്ഷേത്രത്തിലെ വെറും നിലത്ത് കിടക്കുന്ന ദുര്യോധനൻ ഓർമയിൽ കടന്നുവന്നു. എന്തായിരിക്കും അന്ത്യനിമിഷങ്ങളിൽ ദുര്യോധനന്റെ ബോധമണ്ഡലത്തിൽ തെളിഞ്ഞത്, പശ്ചാത്താപമോ? അതോ അടങ്ങാത്ത വൈരത്തിന്റെ ബാക്കിപത്രമോ? പലവുരി ആലോചിച്ചിട്ടും ഉത്തരം കണ്ടെത്താൻ കഴിഞ്ഞില്ല.

'മഹാഭാരത'ത്തിൽ എത്രയോ ധന്യവും നിർണായകവുമായ മുഹൂർത്തങ്ങളുണ്ട്, ഓർത്തുവയ്ക്കാൻ. എന്നിട്ടും സ്മൃതിയിൽ തെളിഞ്ഞുവന്നത് ദുര്യോധനന്റെ അന്ത്യവേളയുടെ ചിത്രമായിരുന്നു. അഹങ്കാരത്തിന്റെ പ്രതീകമായിരുന്നുവോ ദുര്യോധനൻ? വാക്കുകൾക്കതീതമായ ഒരനുഭൂതിയോടെ ഞാൻ വ്യാസഗുഹയിൽനിന്നിറങ്ങിയത് ഒരു സ്വപ്നാടകനെപ്പോലെയായിരുന്നു.

അൽപ്പം അടുത്തായി ഒരു ടീസ്റ്റാൾ കണ്ടു. ഇന്ത്യയുടെ അവസാനത്തെ ടീ സ്റ്റാൾ എന്ന് മലയാളം ഉൾപ്പെടെയുള്ള പല ഭാരതീയഭാഷകളിലും എഴുതിയ ബോർഡു കണ്ടു. ഒപ്പം നമ്മുടെ ദേശീയപതാക പാറിപ്പറക്കുന്നതും കണ്ടു. ഞങ്ങൾ ടീസ്റ്റാളിനുള്ളിൽ പ്രവേശിച്ചു. കാവിവസ്ത്രം ധരിച്ച ചെറുപ്പക്കാരനായ സന്ന്യാസി ശ്രേഷ്ഠന്റെ അടുത്താണ് എനിക്ക് ഇരിപ്പിടം കിട്ടിയത്. അദ്ദേഹം ലാപ്ടോപ്പിൽ എന്തോ ഗഹനമായി ടൈപ്പ് ചെയ്യുന്നു. ബ്ലൂടൂത്ത് ഉപയോഗിച്ച് ശുദ്ധിയും ഭംഗിയും ചേർന്ന ശൈലിയിലുള്ള ആംഗലേയഭാഷയിൽ ആരോടോ സംസാരിക്കുന്നുണ്ട്. കൂടെക്കൂടെ വലത് കൈവിരൽകൊണ്ട് കാതുകളിലെ ഇയർഫോൺ തള്ളിവയ്ക്കുന്നുമുണ്ട്. അദ്ദേഹത്തിന്റെ കാവിവേഷം പോലും മുന്തിയ ഇനം തുണിത്തരത്തിലായിട്ടാണ് തോന്നിയത്. എല്ലാ അർത്ഥത്തിലും പൗരാണികതയിലധികം ആധുനികത നിറഞ്ഞുനിൽക്കുന്നു. ശരീരഭാഷയിലും പെരുമാറ്റത്തിലും സംസാരഭാഷയിലും നവീനത്വം തുളുമ്പുന്നുണ്ടായിരുന്നു. എന്റെ കൗതുകം ചോദിച്ചു. "ആരാണിദ്ദേഹം സന്ന്യാസി തന്നെയാണോ, ആരായാലെന്ത് ഭാരതത്തിന്റെ പൗരാണികത്വത്തിന്റെ ഈ ദിവ്യഭൂമിയിൽ ആരെത്തിയാലും അവർ ധന്യചിത്തർ ദൈവനിയോഗം ലഭിച്ചവർ." ഈ ചിന്ത എന്റെ കൗതുകത്തിന് വിരാമമിട്ടു.

ഞങ്ങൾ ചായകുടി കഴിഞ്ഞ് പടികളിറങ്ങി നടന്നു. രണ്ടുപേർക്കു മാത്രം നടക്കാൻ പറ്റുന്ന വീതിയുള്ള നടപ്പാതയും പടികളുമാണ് മാനയിൽ ഉള്ളത് എന്ന് എടുത്തുപറയേണ്ടതാണ്. നിമ്നോന്നതങ്ങളായ പ്രദേശങ്ങളാണ് കൂടുതലും. സമതലങ്ങൾ വളരെ കുറവാണ്. ഞങ്ങൾ താഴ്വാരത്തെത്തി, 'ഭീംപൂൾ' കണ്ടു. മഹാപ്രസ്ഥാന സഞ്ചാരവേളയിൽ സരസ്വതീനദി കടക്കാനാകാതെ പകച്ചുനിൽക്കുന്ന ദ്രൗപദിക്ക് നടന്നുപോകാനായി ഭീമൻ സ്ഥാപിച്ച പടുകൂറ്റൻ പാറയാണ് ഭീംപൂൾ. ഭീമന്റെ ആകാരപ്രഭാവം മനസ്സിലാക്കാൻ ഈ പാറയുടെ വലുപ്പം കണ്ടാൽ മതിയാകും. ഈ ശിലാതലം ചവിട്ടിക്കടന്നപ്പോൾ സുന്ദരീരത്നമായ ദ്രൗപദിയുടെ മൃദുലപാദങ്ങളുടെ സ്പർശനമേറ്റ് ധന്യതനേടിയ ശിലയാണതെന്ന് ഓർക്കാതിരിക്കാനായില്ല.

ഞങ്ങൾ ശിലാതലം കടന്ന് തൊട്ടടുത്തായി കണ്ട ഒരു ചെറിയ ക്ഷേത്രത്തിൽ ദർശനാർത്ഥം കയറി. ക്ഷേത്രകവാടത്തിൽ വ്യാസമഹർഷിയുടെ സ്വർണവർണത്തിലെ പ്രതിഷ്ഠകണ്ടു. അവിടെ സന്ധിച്ച ഒരു ഭക്തനോട് ചോദിച്ചപ്പോഴാണ് വ്യാസമഹർഷിയുടെ പ്രതിമയാണതെന്ന് പറഞ്ഞത്. അകത്ത് സരസ്വതീദേവിയുടെ പ്രതിഷ്ഠയും കണ്ടു. വെള്ള മാർബിൾ പാളികൾ പാകിയ ക്ഷേത്രമുറ്റത്തു

നിന്നപ്പോൾ സരസ്വതീനദി പാറമലയുടെ മാറുപിളർന്ന് ഗാംഭീര്യ ത്തോടെയും ഹുംകാരത്തോടെയും അഗാധമായ ഗർത്തത്തിൽ പതി ക്കുന്നത് കണ്ടു. പതനത്തിന്റെ ശക്തിയിൽപെട്ട് ചിതറിത്തെറിക്കുന്ന ജലകണങ്ങൾ ഞങ്ങൾ നിൽക്കുന്നതിന് അടുത്തുവരെ വന്നെത്തു ന്നുണ്ട്. ക്ഷേത്രത്തിൽ പാകിയിരിക്കുന്ന വെണ്ണക്കല്ലുകളുടെ അതേ നിറമാണ് സരസ്വതീനദിക്കും. ക്ഷേത്രത്തിൽ ഗണപതി, ഹനുമാൻ തുടങ്ങിയ പ്രതിഷ്ഠകളും കണ്ടു. എല്ലാ പ്രതിഷ്ഠകളും വെണ്ണ ക്കല്ലിൽ നിർമിച്ചതാണെന്നും ക്ഷേത്രവും തൂവെള്ള വർണത്തി ലാണ് എന്നതും ശ്രദ്ധേയമായി. ചിലർ ശ്രദ്ധാപൂർവ്വം താഴോട്ടിറങ്ങി സരസ്വതീനദിയിലെ ജലം പുണ്യതീർത്ഥംപോലെ വീട്ടിൽ കൊണ്ടു പോകാനായി പാത്രങ്ങളിൽ ശേഖരിക്കുന്നതും കണ്ടു.

അല്പനേരം ഞങ്ങൾ പ്രാർത്ഥനാപൂർവ്വം അവിടെ നിന്നു. ഒരു കുളിർക്കാറ്റ് ഞങ്ങളെ തഴുകിയൊഴുകിയത് ശൈത്യത്തിന്റെ സാന്നിദ്ധ്യം അറിയിച്ചു. കൈയിൽ കരുതിയിരുന്ന ജാക്കറ്റ് ധരിച്ച് അൽപ്പനേരം കൂടി അവിടെ പ്രാർത്ഥനാനിരതരായി നിന്നു. ഇവിടെ നിന്ന് കുറച്ചകലെയാണ് വസുധാരാ വെള്ളച്ചാട്ടം. ക്ഷേത്രദർശന മെന്ന പ്രധാന കർമം നടക്കാത്തതിനാൽ ഞങ്ങൾ 'വസുധാര' യാത്ര വേണ്ടെന്നുവച്ച് തിരികെ നടന്നു. വസുധാര വഴിയാണ് ലക്ഷ്മീ വനം, സതോപത്ത് തടാകം, സ്വർഗാരോഹിണിശൈലം തുടങ്ങിയ സ്ഥലങ്ങളിൽ പോകേണ്ടതെന്ന് വായിച്ചറിഞ്ഞിട്ടുണ്ട്.

കേശവപ്രയാഗ് താഴെയാണ്. അളകനന്ദയും സരസ്വതീനദിയും സംഗമിക്കുന്ന സ്ഥലമാണ് കേശവപ്രയാഗ്. കേശവപ്രയാഗിൽ എത്തുന്നതിന് മുമ്പേതന്നെ മണൽപ്പരപ്പിൽ സരസ്വതീനദി താഴ്ന്നു പോകുന്നുവെന്നാണ് പറയപ്പെടുന്നത്. സമയക്കുറവുകാരണം കേശവപ്രയാഗിൽ പോകാനായില്ല. ഞങ്ങൾ നടന്ന് താഴെയിറങ്ങി. വഴിയോരത്ത് ഒരു ചെറുഗുഹയിൽ അർത്ഥനഗ്നരായ രണ്ട് കാവി വസ്ത്രധാരികൾ തീകായുന്നത് കണ്ടു. അതിൽ ഒരാൾ തലയിലെ 'ജട' മകുടം പോലെ കെട്ടി രുദ്രാക്ഷം ചുറ്റി ദേഹമാസകലം ഭസ്മം പൂശി പത്മാസനത്തിലാണ് ഇരിക്കുന്നത്. മറ്റേ കാവിവസ്ത്രധാരി ശിഷ്യനെപോലെ വിധേയനായി തൊട്ടരികിൽ ഉപവിഷ്ടനാണ്. വഴിയിൽ ടീ സ്റ്റാൾ കണ്ടിരുന്നു. കൂടാതെ ശൗചാലയവും ലഭ്യ മാണ് എന്നും മനസ്സിലാക്കി. ഞങ്ങൾ നടന്ന് ഞങ്ങളുടെ വാഹന ത്തിന് അടുത്തെത്തി. ആറുമണിയായിരിക്കുന്നു. ഞങ്ങൾ ഞങ്ങ ളുടെ താമസസ്ഥലത്തേക്ക് യാത്രയായി. ആറുമണിയായിട്ടും പകൽ പ്പക്ഷി കൂടണയാൻ തയ്യാറാകുന്നില്ല എന്ന് അന്തരീക്ഷത്തിലെ പ്രകാശസ്ഫുരണങ്ങൾ കണ്ടപ്പോൾ മനസ്സിലായി.

മൊബൈൽ ഫോണെടുത്ത് സാബുവിനെ വിളിക്കാനായി നോക്കിയപ്പോഴാണ് സാബുവിന്റെ വാട്ട്സ്ആപ്പ് ശബ്ദസന്ദേശം ശ്രദ്ധയിൽപ്പെട്ടത്.

"ദൈവാധീനം എന്നല്ലാതെ എന്ത് പറയാൻ. ഞാൻ ആരെ ബന്ധപ്പെടാം എന്നാലോചിച്ചപ്പോൾ, ചെങ്ങന്നൂരുള്ള ചാർട്ടേഡ് അക്കൗണ്ടന്റ് രാജശേഖർജിയുടെ മുഖമാണ് മനസ്സിൽ തെളിഞ്ഞത്. അദ്ദേഹത്തെ വിളിച്ച് കാര്യം പറഞ്ഞു. റാവൽജിയെ പരിചയമുള്ള ആരെയെങ്കിലും അറിയാമോ, ഒന്ന് സഹായിക്കാനാകുമോ എന്ന് ചോദിച്ചപ്പോൾ അത്ഭുതമെന്ന് പറയട്ടെ, രാജശേഖർജിയാണ് റാവൽജിയുടെയും ചാർട്ടേഡ് അക്കൗണ്ടന്റ് എന്ന കാര്യം പറഞ്ഞത്. ഇക്കാര്യം എനിക്കറിയില്ലായിരുന്നു. രാജശേഖർജി പലതവണ റാവൽജിയെ വിളിച്ചു. പക്ഷേ ഫോൺ എടുക്കുന്നില്ല. വിശദമായി വാട്സ്ആപ്പ് സന്ദേശം അയച്ചിട്ടുണ്ട്. കൂടാതെ റാവൽജിയുടെ സഹായി ഒറു തിരുമേനിയുണ്ട്, മലയാളിയാണ്. അദ്ദേഹത്തിന്റെ നമ്പർ ഞാൻ ഇതോടൊപ്പം അയയ്ക്കുന്നു. മറ്റെല്ലാം പറഞ്ഞിട്ടുണ്ട്. എന്തെങ്കിലും ആവശ്യമുണ്ടെങ്കിൽ രാജശേഖർജിയെയും നേരിട്ട് വിളിക്കാൻ അദ്ദേഹത്തിന്റെ നമ്പറും ഇതോടൊപ്പം അയയ്ക്കുന്നു. പുണ്യദർശനം കിട്ടട്ടേ എന്ന് പ്രാർത്ഥിക്കുന്നു. അൽപ്പം പ്രസാദം കൊണ്ടുവരാൻ മറക്കരുത്" ശബ്ദസന്ദേശം കേട്ടശേഷം അൽപ്പനേരം ഞാൻ എന്ത് പറയണമെന്നറിയാതെ മൗനവ്രതത്തിലിരുന്നു.

ഈശ്വരാ, പൂർവ്വജന്മസുകൃതം എന്നല്ലാതെ മറ്റൊന്നും മനസ്സിൽ വന്നില്ല. ഇതാ, വീണ്ടും ദൈവാധീനം, ഭാഗ്യം തുടങ്ങിയ വാക്കുകൾ എന്നെ രക്ഷിക്കാനെത്തിയിരിക്കുന്നു. എല്ലായിടത്തും പ്രതീക്ഷിക്കാത്ത പരിഗണന ലഭിക്കുന്നു. സാബുവിന് നന്ദി പറഞ്ഞ് മറുപടി ശബ്ദസന്ദേശമയച്ചു. ഞങ്ങൾ അന്ന് രാത്രി തങ്ങേണ്ട ഹോട്ടലിലെത്തി. മനസ്സ് ബദരിനാഥനെ വണങ്ങാനായി തിടുക്കം കൂട്ടുന്നുണ്ടായിരുന്നു. ഞാൻ ജനാലയിലൂടെ പുറത്തേക്കുനോക്കി. കുങ്കുമപ്പാടത്തിൽനിന്ന് അസ്തമയസൂര്യൻ പതിയെ എന്നോട് പറയുന്നതായി തോന്നി, 'എത്രയും പെട്ടെന്ന് ക്ഷേത്രസന്നിധിയിലെത്താൻ!'

ജയ് ബദരിവിശാൽ

വേദോപനിഷത്തുകളിലും പുരാണങ്ങളിലും ബദരിയെക്കുറിച്ച് പ്രസ്താവിക്കുന്നുണ്ട്. ഈ ക്ഷേത്രം, ഭാരതത്തിന്റെ പരദേവതാ ക്ഷേത്രമായിട്ടാണത്രെ കരുതപ്പെടുന്നത്. മോക്ഷധാമമായും ഈ ക്ഷേത്രം വിശേഷിപ്പിക്കപ്പെടുന്നുണ്ട്. സത്യയുഗത്തിൽ ഭഗവാൻ തപസ്സ് ചെയ്ത ഭൂമി എന്ന ഒരു സവിശേഷതകൂടിയുണ്ട് ബദരിക്ക്.

കൂടാതെ ഭഗവാൻ വാമനരൂപത്തിൽ പ്രത്യക്ഷപ്പെട്ട സ്ഥലം കൂടിയാണ് ബദരി. ബദരി ഒരു കാട്ടുചെടിയുടെ പേരാണ്. ഔഷധഗുണമുള്ള ഈ ചെടി ഒരു കാലത്ത് ബദരിയിൽ ധാരാളമുണ്ടായിരുന്നു. സത്യയുഗത്തിൽ ബ്രഹ്മാവ് പ്രതിഷ്ഠ നടത്തിയ ക്ഷേത്രമാണ് ബദരിയെന്ന പ്രത്യേകതകൂടിയുണ്ട്. മഹാഭാരതകാലഘട്ടം തൊട്ടേ ഈ ക്ഷേത്രം നിലനിന്നിരുന്നുവെന്നു പറയപ്പെടുന്നു. പിന്നീട് എപ്പോഴോ ഈ ക്ഷേത്രം ആക്രമിക്കപ്പെടുകയോ പ്രകൃതിക്ഷോഭത്തിൽ നശിക്കപ്പെടുകയോ ചെയ്തപ്പോൾ വിഗ്രഹം നാരദകുണ്ഡിൽ ഉപേക്ഷിക്കപ്പെട്ടിരിക്കണം.

ശ്രീശങ്കരാചാര്യരാണ് നാരദകുണ്ഡിൽനിന്ന് വിഗ്രഹം കണ്ടെടുത്ത് പ്രതിഷ്ഠ നടത്തിയതെന്ന് വിശ്വസിക്കപ്പെടുന്നു. നീലകണ്ഠ പർവ്വതനിരകളുടെ താഴ്വാരത്തായി ഇപ്പോൾ കാണുന്ന ഈ ക്ഷേത്രം നിർമിച്ചത് നാല് നൂറ്റാണ്ടുകൾക്കു മുമ്പാണ്. ഗഢ്വാളിലെ ഭരണാധികാരികളും നേപ്പാൾ രാജവംശവും ചേർന്നാണ് ഇപ്പോൾ കാണുന്ന ക്ഷേത്രനിർമിതി നിർവ്വഹിച്ചത്. നേപ്പാൾ രാജവംശത്തിന്റെ ആഗ്രഹാനുസരണമായിരിക്കാം ക്ഷേത്രത്തിന്റെ മുൻഭാഗത്തിന് നേപ്പാളിഛായ നൽകിയതെന്ന് തോന്നുന്നു. പക്ഷേ ക്ഷേത്രത്തിന്റെ പിൻവശവും മറ്റ് ഭാഗങ്ങളുമെല്ലാം ഭാരതീയ ശിൽപ്പമാതൃകയാണ് പിൻതുടർന്നിരിക്കുന്നത്. ശ്രീകോവിലിൽ വിഷ്ണുഭഗവാനെ കൂടാതെ കുബേരൻ, നാരദൻ, ഉദ്ധവർ, നരൻ, ചതുർഭുജ നാരായണൻ, ഗരുഡൻ എന്നീ പ്രതിഷ്ഠകൾ കൂടിയുണ്ട്. വിഷ്ണുഭഗവാന്റെ വിഗ്രഹം സാളഗ്രാമശിലയിലാണ് നിർമിച്ചിരിക്കുന്നത്. (നേപ്പാളിലെ കാളിഗണ്ഡകീ നദീതീരത്തു കാണുന്ന ഒരുതരം കറുത്ത കല്ലിനെയാണ് സാളാഗ്രാമശിലയെന്ന് അറിയപ്പെടുന്നത്) പത്മാസനത്തിൽ ധ്യാനാവസ്ഥയിലുള്ള പ്രതിഷ്ഠയാണത്.

വർഷത്തിൽ ആറുമാസത്തോളം ഈ ക്ഷേത്രത്തിന്റെ നടതുറന്നിരിക്കും. ഈ സമയത്ത് പൂജാകർമങ്ങൾ ചെയ്യുന്നത് 'റാവൽ' എന്ന സ്ഥാനപ്പേരിലറിയപ്പെടുന്ന കേരളബ്രാഹ്മണനാണ്. മേൽശാന്തിയെന്നോ തന്ത്രിയെന്നോ നമുക്ക് വിശേഷിപ്പിക്കാം. മേയ് മാസം മുതൽ നവംബർ വരെയാണ് നട തുറന്നിരിക്കുന്നത്. വസന്തപഞ്ചമി നാളിൽ, ടെഹ്‌രി രാജാവാണ് നടതുറക്കേണ്ട സമയം തീരുമാനിക്കുന്നത്. എന്നാൽ, വിജയദശമിനാളിൽ എന്നാണ് നട ചാരേണ്ടതെന്ന് റാവൽജിയാണ് തീരുമാനിക്കുക. ക്ഷേത്രങ്ങളിൽ നട അടയ്ക്കുന്നതിനെ 'നട ചാരുക' എന്നാണ് പറയപ്പെടുന്നത്. നട അടഞ്ഞിരിക്കുന്ന ആറുമാസം ദേവന്മാരുടെ പൂജ നടക്കുന്ന ക്ഷേത്രമാണ് ബദരിനാഥ് എന്നാണ് സങ്കൽപ്പം. അതുകൊണ്ട് നട ചാരുമ്പോൾത്തന്നെ എട്ട് ഇടങ്ങഴി എണ്ണ നിറയ്ക്കാവുന്ന വിളക്കിൽ

തിരി തെളിച്ച് വച്ചിട്ടാണ് നട ചാരുന്നത്. ചാമരപ്പശുവിന്റെ നെയ്യിൽ കുങ്കുമപ്പൂ കലർത്തിയ മിശ്രിതമാണ് ഈ വിളക്കിൽ എണ്ണയായി ഉപയോഗിക്കുന്നത്. യാക്ക് എന്ന മൃഗത്തിന്റെ മറ്റൊരു പേരാണ് ചമരിപ്പശു. ശൈത്യസ്ഥലങ്ങളിൽ കണ്ടുവരുന്ന മൃഗമാണ് യാക്ക്. ഹിന്ദിയിൽ ചമർഗായ് എന്നും പറയും. ഈ പശുവിന്റെ വാൽ കൊണ്ടാണ് വെഞ്ചാമരം നിർമിക്കുന്നത്. ചമരിപ്പശുവിന്റെ നെയ്യിൽ ഓക്സിജൻ കൂടുതലാണ്. അതുകൊണ്ടാണ് ഈ നെയ്യ് ഉപയോഗിക്കുന്നത്. കുങ്കുമപ്പൂവ് ചൂട് നിലനിർത്തും. വിളക്ക് കത്തിക്കാൻ ഉപയോഗിക്കുന്ന വിളക്കിലെ തിരി മാനഗ്രാമത്തിലെ നിവാസികൾ പ്രത്യേക രീതിയിൽ നിർമിച്ച് നേർച്ചയായി നൽകുന്നതാണ്.

ശൈത്യകാലത്ത് നട ചാരുമ്പോൾ പ്രത്യേക രീതിയിൽ തുന്നിയ കമ്പിളിയുടുപ്പ് ഭഗവാനെ അണിയിക്കും. ഈ കമ്പിളിവസ്ത്രം മാനഗ്രാമത്തിലെ കന്യകമാർ നേർച്ചയായി ഭഗവാന് സമർപ്പിക്കുന്നതാണ്. ഇവർക്ക് വൈകാതെ മംഗല്യഭാഗ്യം ഉണ്ടാകാൻ വേണ്ടിയാണിത് എന്നാണ് വിശ്വാസം. ആറുമാസം കഴിഞ്ഞ് നട തുറക്കുമ്പോഴും ഈ ദീപം തെളിഞ്ഞുതന്നെ നിൽക്കും എന്നതാണ് സവിശേഷത. ദേവപൂജ നടന്ന ലക്ഷണങ്ങളും റാവൽജിക്ക് കാണാനാകും എന്നാണ് പറയപ്പെടുന്നത്. ദേവന്മാർക്കുവേണ്ടി പൂജകൾ ചെയ്യുന്നത് നാരദമഹർഷിയാണെന്നാണ് വിശ്വാസം. കാരണം നാരദന് ശാപമോക്ഷം ലഭിച്ച സ്ഥലമാണ് ബദരി. ശൈത്യകാലത്ത് നട ചാരുമ്പോൾ ഉദ്ധവരുടെയും കുബേരന്റെയും വിഗ്രഹങ്ങൾ താഴെ 'പാണ്ടുകേശ്വറിലേക്ക്' മാറ്റും. ശൈത്യകാലത്ത് ഇവരുടെ പൂജാകർമങ്ങൾ പാണ്ടുകേശ്വറിലെ ക്ഷേത്രത്തിലാണ് നടത്തുക. നമ്മുടെ ഓണം ബദരിയിലും ആഘോഷിക്കുന്നുണ്ട്. ശൈത്യകാലത്തെ ദേവപൂജകൾക്കായി നട ചാരുമ്പോൾ, ലക്ഷ്മീദേവിയുടെ വിഗ്രഹംകൂടി ശ്രീകോവിലിൽ ഭഗവാനോടൊപ്പം സ്ഥാപിക്കും. ലക്ഷ്മീദേവി ഭഗവാന്റെ കൂടെയുണ്ടാകണം എന്ന വിശ്വാസമാണ്, ഇതിനുകാരണം.

അളകനന്ദ ഉത്ഭവിക്കുന്ന അളകാപുരിയാണ് കുബേരഭഗവാന്റെ വാസസ്ഥലം എന്നാണ് വിശ്വസിച്ചുപോരുന്നത്. ഭഗവാന് നേദിച്ച നിവേദ്യം കൊണ്ട് പിണ്ഡം ചെയ്യുന്ന ക്ഷേത്രമാണ് ബദരി. പഞ്ച് കേദാർ, പഞ്ച്പ്രയാഗ് എന്നെല്ലാം പോലെ പഞ്ച്ബദരി ക്ഷേത്രങ്ങളുമുണ്ട്. ഒന്നാമത്തേത് വിശാലബദരി, അതാണ് ബദരിനാഥ്. രണ്ടാമത്തേത് യോഗ്ധ്യാനബദരി ഈ ക്ഷേത്രം പാണ്ടുകേശ്വറിലാണ്. മൂന്നാമത്തെ ഭവിഷ്യബദരിയും നാലാമത്തെ വൃദ്ധബദരിയും ജോഷിമഠിലാണ്; അഞ്ചാമത്തെ ആദിബദരി കർണപ്രയാഗിനടുത്തുമാണ്.

റാവൽജി

ബദരിക്ഷേത്രത്തിലെ പൂജാകർമങ്ങൾ അനുഷ്ഠിക്കുന്നത് റാവൽ ജിയാണ്. റാവൽജിക്ക് മാത്രമേ ഭഗവാന്റെ വിഗ്രഹം സ്പർശിച്ച് കർമങ്ങൾ ചെയ്യാൻ അവകാശമുള്ളൂ. റാവൽജി ബ്രഹ്മചാരി ആയി രിക്കണം എന്നത് നിർബന്ധമായ ആചാരമാണ്. നട തുറന്നാൽ അളകനന്ദയ്ക്ക് മറുകര പോകാൻ പാടില്ല. കേരള ബ്രാഹ്മണനാ യിരിക്കണം റാവൽ എന്നത് ശങ്കരാചാര്യരുടെ നിർദേശമാണെ ന്നാണ് കരുതപ്പെടുന്നത്. ആദ്യകാലങ്ങളിൽ ടെഹ്രി രാജകുടുംബ ത്തിന്റെ അഭ്യർത്ഥനപ്രകാരം തിരുവിതാംകൂർ രാജകുടുംബമായി രുന്നു റാവലിനെ തിരഞ്ഞെടുത്ത് ബദരിയിലേക്ക് അയച്ചിരുന്നത്. ഇപ്പോൾ ക്ഷേത്രകമ്മിറ്റി നേരിട്ടാണ് നിയമിക്കുന്നത്. റാവൽജിയുടെ പദവിയെക്കുറിച്ച് റാവൽജിയുടെ വാക്കുകളിൽനിന്നുതന്നെ വ്യക്ത മാണ്. വളരെ മുമ്പേ റാവൽജിയെ His Highness and His Holiness എന്നായിരുന്നു സംബോധന ചെയ്തിരുന്നത്. പക്ഷേ ഇപ്പോൾ His Holiness മാത്രമായി മാറിയിരിക്കുന്നു.

പണ്ട് റാവൽജിക്ക് ഭരണത്തിൽ ചില പ്രത്യേക ചുമതലകളു മുണ്ടായിരുന്നു. ഇപ്പോൾ ക്ഷേത്രപൂജാകാര്യങ്ങളിൽ മാത്രമാണ് പരമാധികാരം. തികച്ചും കഠിനമായ ജീവിതചര്യയിലൂടെയാണ് റാവൽജി ബദരിയിൽ കഴിയുന്നത്. രാവിലെ മൂന്നരമണിക്ക് നട തുറക്കുന്നതിനുമുമ്പേ തപ്തകുണ്ഡിൽ സ്നാനം ചെയ്യണം; ഓരോ പൂജയ്ക്ക് മുമ്പും സ്നാനം ചെയ്യുക എന്നത് നിർബന്ധമാണ്. റാവൽ ജിക്ക് മാത്രമുപയോഗിക്കാൻ ഒരു പ്രത്യേക തപ്തകുണ്ഡുണ്ട്. പലരും അദ്ദേഹത്തിന്റെ സഹായിയായി ചെല്ലാറുണ്ടെങ്കിലും അധികനാൾ അവർക്ക് ബദരിയിൽ കഴിയാനാവില്ല. അത്രയ്ക്ക് കഠിനമായ ദിന ചര്യകളാണ് അനുഷ്ഠിക്കേണ്ടത്. ഭഗവാനിൽ സമർപ്പിതമായ ഒരു ജീവിതം എന്നുമാത്രമേ റാവൽജിയെക്കുറിച്ച് ചുരുക്കി പറയാനുള്ളൂ. പൂജാകർമകാലാവധി കഴിഞ്ഞ പല റാവൽജിമാരും പിൽക്കാലത്ത് വിവാഹം കഴിച്ച് സുഖമായി ജീവിക്കുന്നുണ്ട്.

ബ്രഹ്മകപാലം

ബദരിയിലെ മറ്റൊരു ദിവ്യസ്ഥലമാണ് ബ്രഹ്മകപാലം. ബ്രഹ്മാവ് സ്വന്തം പുത്രിയെ പ്രണയിച്ചു. ഇതറിഞ്ഞ പരമശിവൻ ബ്രഹ്മാവിന്റെ ശിരസ്സ് അറുത്തെടുത്ത് ശൂലത്തിൽ കുത്തിയിട്ട് അളകനന്ദാതീരത്തു കൂടെ പോയപ്പോൾ ശിരസ്സ് അളകനന്ദയിൽ വീണുപോയത്രെ; ആ സ്ഥലമാണ് ബ്രഹ്മകപാലം എന്നറിയപ്പെടുന്നത്. പരമശിവൻ ബ്രഹ്മാ വിന്റെ ശിരസ്സ് ഛേദിച്ചതിനെക്കുറിച്ച് മറ്റ് കഥകളും പുരാണങ്ങളിൽ

കാണുന്നുണ്ട്. ബ്രഹ്മാവിന്റെ അഹങ്കാരസ്വഭാവം കാരണം ദേവന്മാർ പരമശിവനോട് പരാതി പറഞ്ഞതായും അതുകാരണമാണ് പരമ ശിവൻ ബ്രഹ്മാവിന്റെ ശിരസ്സ് അറുത്തെടുത്തതെന്നും പറയപ്പെടുന്നു പിതൃക്കൾക്ക് ശ്രാദ്ധം ചെയ്യുന്ന സ്ഥലമാണ് ബ്രഹ്മകപാലം. ഇവിടെ പിതൃതർപ്പണം ചെയ്താൽ മൂന്ന് തലമുറകൾക്കുവരെ മോക്ഷ പ്രാപ്തിയുണ്ടാകും എന്നാണ് വിശ്വാസം.

ബദരികാശ്രമം

ഞങ്ങൾ ഹോട്ടൽമുറിയിലെത്തി. കുടുസ്സായ മുറിയിൽ ഒരു കട്ടിലും ഒരു കസേരയും മാത്രമാണ് ഫർണിച്ചറായിട്ടുള്ളത്. പക്ഷേ ബാത്റൂം വിശാലമാണ്. മുറിയേക്കാളും വലിപ്പവുമുണ്ട്, ചൂടുവെള്ളം യഥേഷ്ടം കിട്ടുന്നുണ്ട്. പൊതുവേ നല്ല വൃത്തിയും വെടിപ്പുമുണ്ട് ഞാൻ റാവൽജിയുടെ സഹായിയെ മൊബൈലിൽ വിളിച്ചു. എന്റെ വിളി പ്രതീക്ഷിച്ചിരുന്നതുപോലെയായിരുന്നു അദ്ദേഹത്തിന്റെ എന്നോടുള്ള പ്രതികരണം. ശിവക്ഷേത്രത്തിന്റെ മുന്നിൽ വന്നിട്ട് വിളിക്കാനായിരുന്നു നിർദേശം. ഏറെ സന്തോഷവും സമാധാനവും തോന്നി. ദേഹശുദ്ധി വരുത്തി പ്രാർത്ഥനാനിർഭരമനസ്സോടെ ഞങ്ങൾ ക്ഷേത്രത്തിലേക്ക് നടന്നു. പ്രധാന വീഥിയിൽനിന്ന് ഇട ത്തോട്ടു തിരിഞ്ഞ് ക്ഷേത്രത്തിലേക്ക് പോകാനുള്ള വഴിയിലൂടെ യാണ് ഞങ്ങൾ നടന്നത്.

ആ വീഥിയുടെ ഇരുവശത്തും തിങ്ങിനിറഞ്ഞ പീടികകളാണ്. നല്ല തിരക്കുമുണ്ട്. വൈദ്യുതദീപങ്ങൾ ആ പ്രദേശത്തെയാകെ പകൽപോലെ തോന്നിപ്പിച്ചു. ശൈത്യക്കാറ്റ് ഇടതടവില്ലാതെ ഞങ്ങളെ തഴുകുന്നുണ്ട്. അപ്പോഴേക്കും ട്രാവൽ ഏജന്റിന്റെ ഫോൺ വന്നു. ഞങ്ങൾ ക്ഷേത്രദർശനത്തിന് പോകുകയാണെന്ന് അവരെ അറിയിച്ചു. എത്ര വൈകിയാണെങ്കിലും ഉറപ്പായി ഇന്നുതന്നെ ദർ ശനം നടത്തണമെന്ന് ട്രാവൽ ഏജന്റ് നിർദേശിച്ചു. 'ശരി'യെന്ന് ഞാൻ മറുപടി പറഞ്ഞു. മറ്റു വിവരങ്ങളൊന്നും പറഞ്ഞില്ല.

ഞങ്ങൾ അളകനന്ദാതീരത്തെത്തി. പാതയുടെ ഇരുവശത്തു മായി ധാരാളം കാഷായവേഷധാരികൾ ഭിക്ഷ യാചിച്ചിരിപ്പുണ്ട്. അളകനന്ദ വളരെ ആവേശത്തിലാണ്. 'ആരുണ്ട് എന്നെ തോൽപ്പി ക്കാനെന്ന' ഭാവത്തിലാണ് പാഞ്ഞുപോകുന്നത്. ഞങ്ങൾ നദിയിലെ പാലം കടന്ന് ഇടത്തോട്ടുള്ള പടികളിറങ്ങി. അളകനന്ദയുടെ മറു കരയിലെത്തി. ബദരിക്ഷേത്രത്തിന് താഴെയായി ചൂടുവെള്ളമൊഴുകി വരുന്ന മൂന്നുകുണ്ഡുകളുണ്ട്. സൂര്യകുണ്ഡ്, ഗൗരികുണ്ഡ്, നാരദ കുണ്ഡ് എന്നിവയാണവ. അടുത്ത് കണ്ട ഒരു കടയിൽനിന്ന് ഒരു തോർത്തുമുണ്ട് വിലയ്ക്ക് വാങ്ങി. ഞാൻ ധരിച്ചിരുന്ന വസ്ത്രങ്ങൾ

രമയെ ഏൽപ്പിച്ചശേഷം തോർത്തുമുണ്ടുടുത്ത് അർദ്ധനഗ്നനായി സ്നാൻകുണ്ഡിന്റെ പടികളിറങ്ങി. നല്ല ചൂടുള്ള ജലം. മുട്ടോളം വെള്ളത്തിൽ അൽപ്പ

നേരം നിന്നു; ശരീരം ചൂട് ആവാഹിച്ചെടുക്കട്ടെയെന്ന മട്ടിൽ. പടികളിറങ്ങി മൂന്നുവട്ടം മുങ്ങി. തപ്തകുണ്ഡിലും (സ്നാൻ കുണ്ഡ്) നല്ല തിരക്കുണ്ട്. പലരും ശൈത്യംമാറ്റുന്ന ചൂട് ആസ്വദിച്ച് കുളിക്കുന്നുണ്ട്. ഞാൻ പടികൾ കയറി വസ്ത്രംമാറ്റി, ഈറൻ തോർത്ത് അടുത്തുകണ്ട കമ്പിവേലിയിൽ മറ്റുപലരും ഉപേക്ഷിച്ചിരിക്കുന്ന കൂട്ടത്തിൽ ഉപേക്ഷിച്ചു. പടികൾ കയറി ഞങ്ങൾ ക്ഷേത്രത്തെ ലക്ഷ്യമാക്കി നടന്നു. തപ്തകുണ്ഡിലെ കുളി ഒരു പ്രത്യേക ഉന്മേഷവും ഉത്സാഹവും പ്രദാനംചെയ്തിരിക്കുന്നു. ദർശനത്തിനുള്ള നീണ്ട വരിയുടെ അരികിലൂടെ ഞങ്ങൾ ക്ഷേത്രത്തെ ലക്ഷ്യമാക്കി നടന്നു. പെട്ടെന്നാണ് എന്തോ ഒച്ചപ്പാടും ബഹളവും കേട്ടത്. ഞാൻ നോക്കിയപ്പോൾ ദർശനത്തിനുള്ള വരിയിൽ നുഴഞ്ഞുകയറാൻ ശ്രമിച്ച ഒരു യുവാവിനെ പൊലീസുകാർ പിടികൂടി തലങ്ങും വിലങ്ങും മർദ്ദിക്കുന്നു. അയാളുടെ ഭാര്യയായിരിക്കാം, ഒരു സ്ത്രീ തൊഴുകൈയോടെ കേണപേക്ഷിച്ചിട്ടും പൊലീസുകാർ ശ്രദ്ധിക്കുന്നുപോലുമില്ല. ഒന്നുരണ്ട് പ്രാവശ്യം ഞാൻ പൊലീസുകാരോട് പറഞ്ഞു, “ഇത് ക്ഷേത്രമാണ്, നിങ്ങൾ കാണിക്കുന്നത് തെറ്റാണെ'ന്നൊക്കെ, പക്ഷേ ഒന്നും കേൾക്കാനോ ശ്രദ്ധിക്കാനോ പൊലീസുകാർ തയ്യാറായിരുന്നില്ല. ഇതിൽ ഞങ്ങൾക്കിനി ഒന്നും ചെയ്യാനാകില്ലെന്ന് മനസ്സിലായപ്പോൾ ഞങ്ങൾ ശിവക്ഷേത്രം തിരക്കി മുന്നോട്ടു നടന്നു.

ശിവക്ഷേത്രത്തിലെത്താൻ തപ്തകുണ്ഡിൽനിന്ന് അൽപ്പം മുന്നോട്ടുനടന്ന് പടികൾ കയറിപ്പോകണമായിരുന്നു. ഞങ്ങൾ ശരിയായ വഴിയിലൂടെയല്ല ശിവക്ഷേത്രസന്നിധിയിൽ എത്തിയതെന്ന് അവിടെ എത്തിയ ശേഷമാണ് മനസ്സിലാക്കിയത്. നേരായ വഴിയിലൂടെയാണ് വന്നിരുന്നതെങ്കിൽ ആ സ്ത്രീയുടെ ദുഃഖം കാണാതിരിക്കാമായിരുന്നു. റാവൽജിയുടെ സഹായിക്ക് ഫോൺ ചെയ്ത് ഞങ്ങൾ എത്തിയവിവരം അറിയിച്ചു. അൽപ്പസമയത്തിനകം ശിവക്ഷേത്രത്തിന്റെ അൽപ്പം മുകളിലായി എതിർവശത്തുള്ള ഒരു കെട്ടിടത്തിന്റെ വാതിൽ തുറന്ന് ഒരാൾ ഞങ്ങളുടെ അടുത്തേക്കു വന്നു. അയാൾ റാവൽജിയുടെ സഹായിയായിരുന്നു. അയാൾ പറഞ്ഞതനുസരിച്ച് ഞങ്ങൾ അദ്ദേഹത്തെ അനുഗമിച്ചു.

പാദരക്ഷകൾ പുറത്തുവച്ച് നഗ്നപാദരായി അകത്ത് പ്രവേശിച്ചു. ചുവന്ന പരവതാനി വിരിച്ച വൃത്തിയും വെടിപ്പുമുള്ള മുറി. ഒരു കോണിൽ ആരാധനാക്രമീകരണങ്ങളും മുഖ്യഇരിപ്പിടവും കണ്ടു.

റാവൽജിക്ക് ഇരിക്കാനുള്ള 'ശങ്കർഗത്തി' എന്നറിയപ്പെടുന്ന ഇരിപ്പിടമാണതെന്ന് ഊഹിച്ചു. പിന്നീട് അത് ശരിയാണെന്നു മനസ്സിലായി. റാവൽജിയുടെ താമസസ്ഥലമാണത്, 'ഇല്ലം' എന്നതു പോലെ. അൽപ്പനേരം ഞാൻ ആ ചെറുപ്പക്കാരനുമായി സംസാരിച്ചു, ബദരിയിലെ തിരക്കും മറ്റ് പൊതുവായ കാര്യങ്ങളുമൊക്കെ. റാവൽജി ക്ഷേത്രത്തിനുള്ളിലാണെന്ന് പറഞ്ഞു. അപ്പോഴേക്കും കറുത്തു മെലിഞ്ഞ വേറൊരു മലയാളി ചെറുപ്പക്കാരൻ അവിടെ വന്നു. അയാൾ ഞങ്ങളെ ക്ഷേത്രത്തിലേക്ക് കൊണ്ടുപോകാൻ വന്നതാണ്. ഞങ്ങൾ അയാളെ അനുഗമിച്ചു. കോണിപ്പടികൾ കയറി, ചില കെട്ടിടങ്ങളുടെ അകത്തളങ്ങളിലൂടെ ഇരുട്ടിലും അരണ്ട വെളിച്ചത്തിലൂടെയുമൊക്കെ നടന്ന് ക്ഷേത്രമുറ്റത്തെത്തി. അവിടെ നല്ല തിരക്കുണ്ട്.

ഞങ്ങൾ ക്ഷേത്രത്തിന്റെ പിന്നിലൂടെ അർത്ഥമണ്ഡപത്തിന്റെ വലതുഭാഗത്തെത്തി, അൽപ്പസമയം അവിടെ കാത്തുനിന്നപ്പോൾ അർത്ഥമണ്ഡപത്തിന്റെ വാതിൽ കുറച്ച് തുറന്ന് ഒരാൾ പുറത്തേക്കു വന്നു. ഞങ്ങളെ കൂട്ടിക്കൊണ്ടുവന്ന ചെറുപ്പക്കാരൻ ഞങ്ങളോട് ക്ഷേത്രത്തിന് ഉള്ളിലേക്ക് കയറാൻ പറഞ്ഞു. ഞൊടിയിടകൊണ്ട് തിരക്കിനിടയിൽക്കൂടി ഞങ്ങൾ അർത്ഥമണ്ഡപത്തിൽ പ്രവേശിച്ചപ്പോൾ വാതിലുമടഞ്ഞു. ഞങ്ങൾ സാക്ഷാൽ ബദരിനാഥന്റെ തിരുമുന്നിലെത്തി. അരണ്ട വെളിച്ചത്തിൽ ആ പ്രതിഷ്ഠ കണ്ടു. റാവൽജി, ഭഗവാന് വേണ്ട പൂജാകർമങ്ങൾ ചെയ്യുന്നു. അർത്ഥമണ്ഡപത്തിൽ പത്തുപതിനഞ്ച് പേർ പ്രാർത്ഥനാനിരതരായി ഇരിക്കുന്നുണ്ട്. അവർക്കുപിന്നിൽ ഞങ്ങളും ഉപവിഷ്ടരായി.

ഞങ്ങളുടെ പിന്നിലൂടെയാണ് ദർശനവരിയിലെ ആൾക്കാർ ഇഴഞ്ഞ് നീങ്ങിക്കൊണ്ടിരിക്കുന്നത്. അവരുടെ ഉച്ചത്തിലുള്ള 'നാരായണാ', 'ജയ് ബദരിവിശാൽ' വിളികളും മുന്നോട്ട് നടക്കാൻ ആജ്ഞാപിക്കുന്ന പൊലീസുകാരുടെ ശബ്ദവും ഞാൻ കേൾക്കുന്നുണ്ടായിരുന്നു. ചില ഭക്തർ ഭഗവാന് അർപ്പിക്കാനായി എറിയുന്ന നാണയത്തുട്ടുകൾ ഞങ്ങൾ ഇരിക്കുന്നതിന് സമീപത്തായി പതിക്കുന്നത് ഞാൻ കണ്ടു.

'നിമിഷനേരം ഭഗവാനെക്കാണാനായി മണിക്കൂറോളം ക്ഷമയോടെ വരിയായി നിന്നെത്തുന്ന സാധാരണ ഭക്തജനങ്ങളും ഞങ്ങളും തമ്മിൽ ദൈവസന്നിധിയിൽ എന്താണ് വ്യത്യാസം. ഈ അർത്ഥമണ്ഡപത്തിൽ ഭഗവാന് തൊട്ടുമുന്നിൽ യാതൊരു തടസ്സവും സമയപരിമിതിയുമില്ലാതെ എനിക്ക് ദർശനം നടത്താൻ കൈവന്ന ഭാഗ്യത്തിന് ആരോട് നന്ദി അറിയിക്കണമെന്നറിയില്ല.' മനസ്സ് ഇത്തരം

ചിന്തകളിലൂടെ കടന്നുചെന്നെത്തിയത് അച്ഛനമ്മമാരുടെയും ഗുരുക്കന്മാരുടെയും സ്മൃതികളിലാണ്.

കൈ രണ്ടും കൂപ്പി തള്ളവിരലുകൾ മാറിൽചേർത്ത്, നെയ്ത്തിരി വെട്ടത്തിൽ കണ്ട, സർവ്വ വസ്ത്രാഭരണങ്ങൾ അണിഞ്ഞ ആ മനോഹര ഭഗവൽവിഗ്രഹത്തെ മാത്രം ധ്യാനിച്ച് എത്രനേരമിരുന്നെന്നറിയില്ല. രമ തട്ടിവിളിച്ചപ്പോഴാണ് സ്ഥലകാല ബോധമുണർന്നത്. ചുറ്റും നോക്കിയപ്പോൾ എല്ലാപേരും എണീറ്റ് നിൽക്കുന്നു. റാവൽജി കർപ്പൂരാഗ്നി ജ്വലിക്കുന്ന ദീപാരാധനത്തട്ടംകൊണ്ട് ഭഗവാനെ ഉഴിയുന്നു. ദീപാരാധനാമുഹൂർത്തം! ആരാധന തൊഴുത് ഓരോരുത്തരും ശ്രീകോവിലിന്റെ വാതിൽക്കൽ വന്നുനിന്ന് ഭഗവാനെ ഒന്നുകൂടി വണങ്ങി പുറത്തേക്ക് പോകുന്നു. ചിലർ മാറാതെ ഏറെ നേരം ശ്രീകോവിലിന് മുന്നിൽത്തന്നെ നിന്നു, അവരെ ക്ഷേത്രജീവനക്കാരൻ തള്ളിമാറ്റി. ഞങ്ങളുടെ ഊഴം വന്നപ്പോൾ ഞാൻ നേർനട മറയാതെ ഒരുവശത്തായി മാറിനിന്ന് തൊഴുതു. പുറകിൽ വരിയായി ദർശനം നടത്തുന്നവർക്ക് ദർശനഭംഗം വരാൻ പാടില്ലല്ലോ. അകത്ത് റാവൽജി പൂജാനന്തര തിരക്കിലാണ്. ഭക്തർ ആരാണെന്നോ എത്ര തിരക്കുണ്ടെന്നോ ഒന്നും അദ്ദേഹം അറിയുന്നില്ല. ശ്രീകോവിലിനകത്തായി വാതിൽപ്പടിക്കരികിലിരിക്കുന്ന പൂജാരി ഹിന്ദിയിൽ ദക്ഷിണ ചോദിക്കുന്നത് ശ്രദ്ധിച്ചു. അദ്ദേഹത്തിന്റെ ഭാഷാശൈലിയും രീതികളും കണ്ടപ്പോൾ, അദ്ദേഹം ഹിന്ദിക്കാരനായ ബ്രാഹ്മണനാണെന്ന് തോന്നി. പിന്നീട് റാവൽജിയെ കണ്ടപ്പോൾ എന്റെ ഊഹം ശരിയാണെന്ന് ബോധ്യമായി.

ബദരിനാഥനെ കൺനിറയെ കണ്ട് വണങ്ങി ഞങ്ങൾ നേരത്തേ അകത്ത് പ്രവേശിച്ച കവാടത്തിലൂടെ പുറത്തേക്കിറങ്ങി. എല്ലാം ജന്മസുകൃതം എന്നല്ലാതെ മറ്റൊന്നും തോന്നിയില്ല. ബദരിനാഥ ക്ഷേത്രത്തിന്റെ മുൻവശം ഭാരതീയ ക്ഷേത്രമാതൃകയിലല്ല നിർമ്മിച്ചിരിക്കുന്നത്; നേപ്പാളി ക്ഷേത്രമാതൃകയിലാണ്. പക്ഷേ ക്ഷേത്രമുറ്റവും ഗോപുരവും പിൻഭാഗവും വശങ്ങളുമെല്ലാം തികച്ചും ഭാരതീയശിൽപ്പശൈലിയിൽത്തന്നെയാണ്. കന്നിമൂലയിലെ ശങ്കരാചാര്യരുടെ പ്രതിഷ്ഠയും ലക്ഷ്മി, ഗണപതി, ഹനുമാൻ, ഘണ്ടാകർണൻ തുടങ്ങിയ ഉപദേവതകളെയും തൊഴുതു. ഘണ്ടാകർണൻ ക്ഷേത്രപാലകനത്രെ. തിരക്കൊഴിഞ്ഞ ഒരു സ്ഥലത്ത് ഞങ്ങൾ അൽപ്പനേരമിരുന്നു. അപ്പോഴാണ് തൊട്ടടുത്ത് മലയാളത്തിലുള്ള സംസാരം കേട്ടത്. പാലക്കാട്ട് നിന്നു വന്ന ഒരു സംഘം ആളുകളാണ്. അൽപ്പനേരം ഞാൻ അവരുമായി സംസാരിച്ചു. എന്നിട്ട് ഞങ്ങൾ വന്ന വഴിയിലൂടെത്തന്നെ നടന്ന് റാവൽജിയുടെ താമസ

സ്ഥലത്തെത്തി. അവിടെ കുറച്ചാളുകൾ റാവൽജിയെ പ്രതീക്ഷിച്ച് ഇരിക്കുന്നുണ്ട്. ആദ്യം കണ്ട റാവൽജിയുടെ സഹായി ചിരിച്ചു കൊണ്ട് ഞങ്ങളുടെ അടുത്തെത്തി.

"നന്നായി ദർശനം കിട്ടിയോ?"

"നന്നായി തൊഴുതു. പിന്നെ ദീപാരാധനയും തൊഴാനായി." ഞാൻ മറുപടി പറഞ്ഞു.

"റാവൽജി വരുന്നുണ്ട്."

ഞങ്ങൾ ഒരരികിലായി മാറി നിന്നു. അൽപ്പസമയത്തിനകം റാവൽജിയെത്തി. സഹായി ഞങ്ങളെ പരിചയപ്പെടുത്തി. ഭഗവാനെ നിത്യം സേവിക്കുന്നതിന് എല്ലാ ജീവിതസുഖസൗകര്യങ്ങളുമുപേക്ഷിച്ച് ബ്രഹ്മചര്യത്തിന്റേതായ കഠിനമായ ജീവിതചര്യകൾ സ്വീകരിച്ച് ഈ ശൈത്യഭൂമിയിൽ കഴിയുന്ന അദ്ദേഹത്തെ കണ്ടപ്പോൾ ഞങ്ങൾ ആദരപൂർവ്വം തൊഴുകൈയോടെ നിന്നുപോയി. രാജശേഖർജിയുടെ സന്ദേശംവന്ന വിവരവും റാവൽജി ഞങ്ങളോട് പറഞ്ഞിട്ട് ഞങ്ങളെ അടുത്ത മുറിയിൽ കൊണ്ടുപോയി ഇരുത്താൻ സഹായിയോട് നിർദ്ദേശിച്ചു. സോഫാസെറ്റും കുഷൻ കസേരകളും വൃത്തിയിലും ഭംഗിയിലും ക്രമീകരിച്ചിട്ടുള്ള ആ ചെറിയ മുറിയുടെ തറയിലും ചുവന്ന പരവതാനി വിരിച്ചിട്ടുണ്ട്. ആ കെട്ടിടത്തിൽ ഞങ്ങൾ കണ്ട എല്ലാ സ്ഥലത്തും തറയിൽ പരവതാനി വിരിച്ചിട്ടുണ്ടായിരുന്നു. തണുപ്പ് ശരീരത്തിൽ പകരാതിരിക്കാനായിട്ടാകാം ഈ രീതിയെന്ന് തോന്നി.

ഞങ്ങൾ കുറച്ച് സമയമിവിടെ കാത്തിരുന്നു. തിരക്കൊഴിഞ്ഞപ്പോൾ റാവൽജി ഞങ്ങളെ വിളിച്ചു. അദ്ദേഹത്തിന്റെ അടുത്തിരുത്തി. നാട്ടിലെ താമസസ്ഥലവും ക്ഷേത്രത്തിലെ ഇപ്പോഴത്തെ തിരക്കുമെല്ലാം ഞങ്ങളുടെ സംസാരവിഷയമായി. പയ്യന്നൂർ വടക്കെ ചന്ദ്രമന ഇല്ലത്തിലാണ് അദ്ദേഹത്തിന്റെ ജനനം. അദ്ദേഹത്തിന്റെ പേര് ഈശ്വരപ്രസാദ് നമ്പൂതിരി എന്നാണ്. ഇപ്പോൾ താമസം കോട്ടയത്താണെന്ന് പറഞ്ഞു. രാവിലെ മൂന്നരമണിക്ക് നട തുറക്കണം. രാവിലെ ഭഗവാനെ കുളിപ്പിക്കുന്നത് അറുപത്തിയഞ്ച് ലിറ്റർ തണുത്ത വെള്ളത്തിലാണ്. തുടർന്ന് നവകലശത്തോടെയുള്ള മഹാഭിഷേകപൂജ നടത്തും. ഇപ്പോൾ തിരക്കു കാരണം പലപ്പോഴും രാത്രി എല്ലാ ഭക്തർക്കും ദർശനം നൽകി വൈകിയാണ് നട ചാരുന്നത്. രാത്രി ഗീതഗോവിന്ദം പാടി കമ്പിളികൊണ്ട് ഭഗവാനെ പുതപ്പിച്ചിട്ടാണ് നട അടയ്ക്കുക. എത്ര താമസിച്ച് നട ചാരിയാലും രാവിലെ മൂന്നരമണിക്ക് നട തുറക്കും. അങ്ങനെ അൽപ്പനേരം അദ്ദേഹത്തോട് സംസാരിച്ചിരുന്നു.

യാത്രചോദിച്ച നേരത്ത് ഭഗവാന് ചാർത്തിയ വസ്ത്രങ്ങളും ചന്ദനവും തുളസിമാലയുമൊക്കെ പ്രസാദമായി ഒരു വലിയ ബിഗ് ഷോപ്പറിൽ ഭദ്രമാക്കിത്തന്നു. പ്രത്യേകമായി ചെറിയ ഒരു പൊതിയിൽ പ്രസാദം തന്നിട്ട് അദ്ദേഹത്തിന്റെ മുത്തച്ഛൻ നീലകണ്ഠൻ പോറ്റി ആറ്റുകാലുണ്ട് എന്നും അദ്ദേഹത്തിനെ ഏൽപ്പിക്കണമെന്നും പറഞ്ഞു. 'ബുദ്ധിമുട്ടാകുമോ' എന്ന് ചോദിച്ചപ്പോൾ 'ഒരിക്കലുമില്ല' എന്ന് ഹൃദയത്തിന്റെ ഭാഷയിൽത്തന്നെ മറുപടി പറഞ്ഞ് ദക്ഷിണ നൽകി, ഒരിക്കൽക്കൂടി വണങ്ങി. അദ്ദേഹം നിറഞ്ഞമനസ്സോടെ യാത്രാനുമതി നൽകി.

പുറത്തിറങ്ങി, പാദരക്ഷകൾ ധരിച്ച് പടിയിറങ്ങി. ശിവഭഗവാനെ തൊഴുതു. ഈ ക്ഷേത്രത്തിലെ ശിവലിംഗപ്രതിഷ്ഠ ശങ്കരാചാര്യരാണ് നടത്തിയത്. താഴെ തപ്തകുണ്ഡിൽ സ്നാനം ചെയ്ത് പടികൾ കയറി ശിവഭഗവാനെ വണങ്ങിയിട്ടുവേണം മുകളിൽ ബദരീനാഥനെ വണങ്ങാൻ പോകേണ്ടതെന്നാണ് റാവൽജിയുമായുള്ള സംഭാഷണത്തിൽനിന്ന് മനസ്സിലായത്.

സമയം പത്ത് കഴിഞ്ഞു. മഞ്ഞ് പൊതിഞ്ഞ ശൈലശൃംഗങ്ങൾ നിലാവിന്റെ അംഗുലീലാളനയേറ്റ് മതിമറന്നുറങ്ങുകയാണോ! അളകനന്ദ സ്വപ്നസഞ്ചാരത്തിലാണ്. ഞങ്ങൾ പാലം കടന്ന് താമസസ്ഥലത്തേക്ക് നടന്നു. ബദരി പകൽസമയത്തെന്നപോലെ തിരക്കിലാണ്. സീസൺ തുടങ്ങിയാൽ പിന്നെ ബദരിക്ക് ഉറക്കമില്ല. മനസ്സ് അപ്പോഴും ബദരി സന്നിധിയിൽനിന്ന് വിട്ടുപോയിട്ടില്ല. ഞങ്ങൾ മൂകരായി ധന്യമനസ്സോടെ നടന്നു. മൊബൈൽ ശബ്ദിച്ചു. ട്രാവൽ ഏജന്റാണ്.

“അങ്കിൾ എന്തായി, ദർശനം കഴിഞ്ഞോ?”

“അതെ. നന്നായി തൊഴുതു, പ്രസാദം വാങ്ങി. ഞങ്ങൾ ഹോട്ടലിലേക്ക് നടക്കുകയാണ്.”

“വെരിഗുഡ്, നാളെ രാവിലെ പുറപ്പെടണം, ജയ് ബദരിവിശാൽ.”

“ജയ് ബദരിവിശാൽ.”

ഫോൺ നിശ്ശബ്ദമായി. തുടർന്ന് ഞാൻ സാബുവിന് ദർശനവിശേഷങ്ങൾ അറിയിച്ചുകൊണ്ട് ഒരു ശബ്ദസന്ദേശമയച്ചു. മുറിയിലെത്തി പ്രസാദം പെട്ടിയിൽ ഭദ്രമായി സൂക്ഷിച്ചു. അപ്പോഴും റസ്റ്റോറന്റ് അടച്ചിരുന്നില്ല. ഞങ്ങൾ ലഘുഭക്ഷണം കഴിച്ചു. മുറിയിലെത്തി. രാവിലെ യാത്രയാരംഭിക്കണം. ലൈറ്റണച്ച് നിദ്രാദേവിയെ ക്ഷണിച്ചിട്ടും അനുഗ്രഹിക്കാൻ അടുത്തുവരുന്നില്ല. ഓരോന്ന് ചിന്തിച്ചു കിടന്നു.

എനിക്ക് ഒരുപാട് സ്വാധീനമുള്ള ബന്ധുബലമുണ്ട്, നല്ലൊരു സുഹൃത്സഞ്ചയമുണ്ട്. സുഹൃത്തുക്കളിൽ പലരും ഉന്നതബന്ധമുള്ള വരാണ്. എന്നിട്ടുമെന്തേ അവരോടൊന്നും ആവശ്യപ്പെടാതെ, ഞാൻ ജോലി ചെയ്യുന്ന സ്ഥാപനത്തിലെ ജീവനക്കാരനായ സാബുവിനെ ത്തന്നെ വിളിച്ച് റാവൽജിയെ ബന്ധപ്പെടാൻ സാധിക്കുമോ എന്ന് തിരക്കാൻ തോന്നിയത്! സാബുവും എന്തുകൊണ്ടായിരിക്കും രാജ ശേഖരൻജിയെത്തന്നെ ബന്ധപ്പെട്ടത്. അങ്ങനെയൊക്കെയാണല്ലോ ഞങ്ങൾക്ക് പുണ്യദർശനസൗഭാഗ്യമുണ്ടായത്.

എല്ലാം ഒരു നിയോഗം. നമ്മുടെ ചിന്തകളും പ്രവൃത്തികളു മൊക്കെ നിയന്ത്രിക്കുന്ന ആ മഹാശക്തിയുടെ നിശ്ശബ്ദവും അഗോ ചരവുമായ സാന്നിധ്യമാണ് നമ്മെ നാമായി മാറ്റുന്നത്. നാലു ധാമു കളുടെയും ദർശനം കഴിഞ്ഞു. യാത്രയുടെ ലക്ഷ്യം ഏതാണ്ട് പൂർത്തിയായി. ഓരോ കാര്യങ്ങൾ ആലോചിച്ചു കിടന്നതുകാരണ മാകാം, ഉറക്കം വളരെ അകലെയായിത്തന്നെ നിന്നു. ഗണപതി ഹോമത്തിന്റെ കരിപ്രസാദത്തിന്റെ നിറമുള്ള, പത്മാസനസ്ഥനായിരി ക്കുന്ന വിഷ്ണുഭഗവാന്റെ ശ്യാമവിഗ്രഹം മനസ്സിൽ മങ്ങാതെ തെളി ഞ്ഞുനിൽക്കുന്നു. പുറത്ത് അതിശൈത്യമാണെങ്കിലും തന്റെ മന സ്സിന് തപ്തകുണ്ഡിനെപോലെ സുഖകരമായ ചൂടുണ്ടായിരുന്നു. ദർശനസായൂജ്യം നേടിയ മനസ്സും ശരീരവും എപ്പോഴോ നിദ്രയി ലാണ്ടുപോയി.

അതിരാവിലെതന്നെ ഉണർന്ന് പ്രഭാതകൃത്യങ്ങൾ കഴിഞ്ഞ് പുറ ത്തിറങ്ങി. രമ ഇപ്പോഴും നല്ല ഉറക്കത്തിലാണ്. പുറത്ത് ശൈത്യ ത്തിന്റെ തീവ്രത ഉച്ചസ്ഥായിയിലാണ്. എന്റെ കണ്ണുകളൊഴികെ ബാക്കി എല്ലാ ശരീരഭാഗങ്ങളും കമ്പിളിവസ്ത്രങ്ങൾ കൊണ്ട് ആവ രണം ചെയ്തിട്ടാണ് പുറത്തിറങ്ങിയത്. സൂര്യോദയവേളയിലെ ബദരിയുടെ സൗന്ദര്യം വർണനാതീതമാണ്. നീലകണ്ഠപർവ്വത ത്തിലും നരനാരായണ ഗിരിനിരകളിലും പ്രഭാതരശ്മികൾ അല യടിക്കുന്നുണ്ട്. വ്യാപാരസ്ഥാപനങ്ങളെല്ലാം തുറക്കുന്നതേയുള്ളൂ. അളകനന്ദയുടെ തീരത്തുകൂടി നടന്നു. തലേദിവസം സന്ധ്യക്ക് കണ്ട തിനെക്കാൾ കൂടുതൽ കാഷായവസ്ത്രധാരികളെ പ്രഭാതത്തിൽ കാണാൻ സാധിച്ചു. അളകനന്ദ, പ്രഭാതകീർത്തനം ആലപിക്കും പോലെ താളലയത്തിൽ മുഴുകി ഒഴുകുന്നു. ഈ നദീതീരത്തുകൂടെ യാണ് മഹേശ്വരൻ ബ്രഹ്മാവിന്റെ നിണമിറ്റിറ്റ് വീഴുന്ന ശിരസ്സുമായി നടന്നതെന്നും പിന്നെ ബ്രഹ്മാവിന് മോക്ഷം നൽകിയതെന്നും വായിച്ച കഥയോർത്ത് കുറെദൂരം നടന്നു. ഇപ്പോഴും ദർശനത്തി നുള്ള ഭക്തരുടെ നീണ്ട വരികൾ കാണാം.

മൊബൈലിൽ നല്ല റേഞ്ച് ഉണ്ടായിരുന്നു. വിശദമായിത്തന്നെ ഒരു എഫ്.ബി ലൈവ് കൊടുത്തു. ബദരി, ഉത്സവപ്പറമ്പുപോലെ ഭക്തരെക്കൊണ്ട് നിറയുന്നുണ്ട്. ഏറെ നേരം പലചിന്തകളിൽ ലയിച്ച് അളകനന്ദാതീരത്തുതന്നെ നിന്നു. ക്ഷേത്രതാഴികക്കുടം പ്രഭാത കിരണങ്ങളേറ്റ് തിളങ്ങുന്നത് വ്യക്തമായി കണ്ടു. അപ്പോഴേക്കും മൊബൈൽ ഫോണിൽ രമയുടെ വിളി വന്നു.

“എവിടെ പോയി, ഞാൻ തയ്യാറായി.”

“ഞാൻ ഇപ്പോൾ വരാം, ഞാനിതാ, ഇവിടെ അളകനന്ദ തീരത്താണ്.”

സമയം എട്ട് കഴിഞ്ഞു. പാലം കടന്ന് വന്ന വഴിയിലൂടെ മന്ദം നീങ്ങുന്ന മനുഷ്യരുടെ ഇടയിലൂടെ ഞാൻ തിടുക്കത്തിൽ നടന്ന് മുറിയിലെത്തി. പ്രഭാതഭക്ഷണം കഴിഞ്ഞ് പുറത്തിറങ്ങി, ഞങ്ങൾ ബദരിയോട് വിടപറയാൻ നേരമായി. ഞാനിപ്പോൾ ക്ഷേത്രത്തിന്റെ ദിക്കിനഭിമുഖമായിട്ടാണ് നിൽക്കുന്നത്.

വിഘ്നങ്ങളെല്ലാമകറ്റി, ഇങ്ങ് ഭാരതത്തിന്റെ ദക്ഷിണഭാഗത്തെ ഒരു ചെറിയ പ്രദേശത്തുനിന്ന്, പൂർവ്വോത്തരഭാരതത്തിലെ അളകനന്ദാനദിയുടെ പുണ്യപുളിനങ്ങളിലും സങ്കൽപ്പത്തിൽ മാത്രമുണ്ടായിരുന്ന ബദരീനാഥന്റെ ദിവ്യപ്രതിഷ്ഠയുടെ സാമീപ്യധന്യത പൂകുന്ന ശ്രീലകത്തിനടുത്തും ഞങ്ങളെയെത്തിച്ച മഹാശക്തിയുടെ പ്രഭാവത്തിനുമുമ്പിൽ സഹസ്രകോടി പ്രണാമം.

യാത്രയുടെ അവസാനഘട്ടം

ഞങ്ങളുടെ ചാർധാം യാത്ര ആരംഭിച്ചിട്ട് ഇന്നേക്ക് പത്താമത്തെ പ്രഭാതമാണ്. നാല് ധാമുകൾ ദർശിച്ചുകഴിഞ്ഞു. ഇന്ന് രാത്രി ശ്രീനഗറിലാണ് തങ്ങേണ്ടത് എന്ന് ട്രാവൽ ഏജന്റ് പറഞ്ഞപ്പോൾ ജമ്മുകാശ്മീരിലെ ശ്രീനഗറാണ് മനസ്സിലെത്തിയത്. പിന്നീടാണ് മനസ്സിലായത് ഉത്തരാഖണ്ഡിലും ഒരു ശ്രീനഗർ ഉണ്ടെന്ന്.

ഞങ്ങളുടെ വാഹനം അളകനന്ദാതീരത്തുകൂടി അതിവേഗം മലയിറങ്ങുകയാണ്.

"സാബ്, ഹനുമാൻ മന്ദിർ ആഗയ."

ഹനുമാൻ ക്ഷേത്രത്തിലെത്തിയ വിവരം ഡ്രൈവർ അറിയിച്ചു. വാഹനം റോഡിന്റെ ഓരത്തായി നിർത്തി. കാവിവർണത്തിൽ അലങ്കരിച്ച ചെറിയ ക്ഷേത്രമാണെങ്കിലും വലിയ കഥകൾ പറയാനുള്ള ക്ഷേത്രമാണിത്. രണ്ട് കാലഘട്ടങ്ങളിലായി നടന്നുവെന്ന് വിശ്വസിക്കപ്പെടുന്ന ഇതിഹാസകഥകളെ തമ്മിൽ ബന്ധിപ്പിക്കുന്ന ക്ഷേത്രമാണ് ഈ ഹനുമാൻ ക്ഷേത്രം. തൊട്ടുപുറകിലായി അളകനന്ദ 'കഥകളെല്ലാം എനിക്കറിയാം' എന്ന ഭാവത്തിൽ ഒഴുകുന്നു. ദ്രൗപദിയുടെ ആഗ്രഹനിർവഹണത്തിനായി കല്യാണസൗഗന്ധികപുഷ്പം തേടി പുറപ്പെട്ടപ്പോൾ വഴി തടസ്സപ്പെടുത്തുന്ന രീതിയിൽ നീണ്ട വാൽ മനപ്പൂർവ്വം നീട്ടിയിട്ട് ഉറക്കം നടിച്ചുകിടന്ന ഹനുമാനെ കണ്ട ഭീമസേനന് ദേഷ്യം അടക്കാനായില്ല.

"നോക്കെടാ നമ്മുടെ മാർഗേ കിടക്കുന്ന,

മർക്കടാ നീയങ്ങു മാറിക്കിടാ ശഠാ!"

എന്നട്ടഹസിച്ചുകൊണ്ടടുത്തു വന്ന ഭീമസേനനെ, മറ്റൊരു വായുപുത്രനായ ഹനുമാൻ നേരിട്ടത് ഇവിടെ വച്ചാണത്രെ. തന്നെക്കാൾ ബലവാനും കരുത്തനുമായ ഹനുമാൻ തന്റെ ജ്യേഷ്ഠസഹോദരനെന്ന സത്യം ഭീമസേനൻ തിരിച്ചറിയുന്നു. അഹങ്കാരം ശമിച്ച്

ഹനുമാനെ വണങ്ങി അനുഗ്രഹം വാങ്ങി ഭീമൻ പോകുന്ന കഥ ഓർമ്മയിൽ തെളിഞ്ഞു. വ്യത്യസ്ത കാലഘട്ടങ്ങളിൽ നടന്നുവെന്ന് കരുതപ്പെടുന്ന രാമായണത്തെയും മഹാഭാരതത്തെയും ഒന്നിപ്പിക്കുന്ന ഒരു കഥാമുഹൂർത്തംകൂടിയാണ് ഈ സഹോദരസമാഗമം. ഹനുമാൻ രാമായണത്തിലെ ഒരു പ്രധാന കഥാപാത്രമെന്നപോലെ തന്നെയാണ് ഭീമസേനൻ മഹാഭാരതത്തിലെയും. വിജയങ്ങൾ മാത്രം ലഭിക്കുന്ന ഒരു യുദ്ധവീരനായിട്ടാണ് മഹാഭാരതത്തിൽ ഭീമനെ നാം ദർശിക്കുന്നത്. അങ്ങനെയുള്ള ഒരു വ്യക്തിക്ക് പരാജയം സംഭവിപ്പിച്ചതിലൂടെ ചില തിരിച്ചറിവുകൾ നൽകാൻ വ്യാസഭാവനയൊരുക്കിയ കഥാസന്ദർഭമായിട്ടാണ് ഇത് എനിക്ക് തോന്നിയത്. ഇതിനടുത്തായിട്ടാണ് പൂക്കളുടെ താഴ്വാരം (Valley of Flowers) എന്നറിയപ്പെടുന്ന സ്ഥലം. ഒരുപക്ഷേ, ഭീമസേനൻ കല്യാണസൗഗന്ധികം തേടി പോയത് അവിടേക്കായിരിക്കാം എന്നു കരുതാം.

നല്ല തെളിഞ്ഞ കാലാവസ്ഥയും തിരക്കൊഴിഞ്ഞ നിരത്തുമായതിനാൽ അളകനന്ദാതീരത്തുകൂടിയുള്ള യാത്ര സുഖപ്രദവും നയനസുഖദായിനിയുമായിരുന്നു. അധികം വൈകാതെ ഞങ്ങൾ പാണ്ഡുകേശ്വറിലെത്തി.

കലമാനുകളുടെ രൂപംധരിച്ച്, ആരെയും ഭയക്കാതെ വസന്തകാലവനത്തിൽ കാമകേളികളിലേർപ്പെട്ടുകൊണ്ടിരിക്കുന്ന മഹർഷിയായ കിന്ദമനെയും ഭാര്യയെയും മൃഗയാവിനോദത്തിനെത്തിയ പാണ്ഡു രാജാവ് അമ്പെയ്തുവീഴ്ത്തിയത് അവരെ തിരിച്ചറിയാതെയായിരുന്നു. അതിനു ലഭിച്ച ശിക്ഷയോ, അതിക്രൂരമായ ശാപവും!

'നിന്റെ രാസക്രീഡാസമയത്ത് നിനക്ക് മരണം സംഭവിക്കട്ടെ' എന്നായിരുന്നു ശാപം. അങ്ങനെ ശാപഗ്രസ്തനായി ലൗകിക ജീവിതം നിഷേധിക്കപ്പെട്ട് നിസ്സഹായനായി, പുരുഷത്വം നിഷേധിക്കപ്പെട്ടവനായി, തീ തിന്ന് കഴിയേണ്ടിവന്ന പാണ്ഡുവിനെ വിധി കൊണ്ടെത്തിച്ചത് പാണ്ഡുകേശ്വറിലാണ്. രാജാവിന്റെ ചെങ്കോലും കിരീടവും ഉപേക്ഷിച്ച് രതിവികാരമെല്ലാം ത്യജിച്ച് തികച്ചും ഭക്തിമാർഗത്തിലൂടെ സന്ന്യാസജീവിതം പാണ്ഡു ആരംഭിച്ചത് ഇവിടെ വച്ചാണ്. രണ്ട് സുന്ദരിമാരെ പാണ്ഡുവിന്റെ ആദ്ധ്യാത്മികജീവിതകാലത്ത് തുണയ്ക്കായി വ്യാസഭഗവാൻ കാലേക്കൂട്ടി കരുതിവച്ചതും വിധിയുടെ നിയോഗമായിട്ടായിരിക്കാം. കുന്തിയും മാദ്രിയും പാണ്ഡുവിനൊപ്പം താപസജീവിതം നയിച്ചതും ഇവിടെയാണ്. ഇവിടെ വച്ചാണ് ദുർവാസാവിന്റെ വരം പ്രയോജനപ്പെടുത്തി കുന്തിയും മാദ്രിയും പല പുരുഷന്മാരുടെയും പുത്രന്മാർക്ക് ജന്മം നൽകിയത്.

യുധിഷ്ഠിരനും ഭീമനും അർജ്ജുനനും നകുലനും സഹദേവനും ഓടിക്കളിച്ചുവളർന്ന ഭൂമിയാണ് ഇവിടം. അടക്കിവച്ചിരുന്ന വികാരങ്ങൾക്ക് നിയന്ത്രണംവിട്ട് സ്വയം മറന്നുപോയ പാണ്ഡു മാദ്രിയെ പ്രാപിച്ചതും ഇവിടെവച്ചായിരുന്നു. അങ്ങനെ ശാപത്തിന് പാണ്ഡു കീഴടങ്ങിയതും സുരാലയം പ്രാപിച്ചതും, മാദ്രി സതിയനുഷ്ഠിച്ചതും ഈ തപോഭൂമിയിൽ വച്ചുതന്നെ. ഒട്ടേറെ ഐതിഹാസികമായ വിസ്മയങ്ങൾക്ക് സാക്ഷ്യം വഹിച്ച ഭൂതലമാണ് പാണ്ഡുകേശർ. എല്ലാം ചിന്തിച്ച് ഹിമാലയശൃംഗദൃശ്യങ്ങളെ കണ്ണുകളിൽ നിറച്ച് ഞാൻ അളകനന്ദാതീരത്ത് എത്ര നേരം നിന്നുവെന്നറിഞ്ഞില്ല.

പാണ്ഡുവിന്റെയും മാദ്രിയുടെയും അന്ത്യം സംഭവിച്ച ഈ ഭൂമിയിൽനിന്ന് ഞങ്ങളെത്തിയത് ദിവ്യമായ ഒരു സംഗമസ്ഥലത്താണ്; വിഷ്ണുപ്രയാഗിൽ. അളകനന്ദദൗലിഗംഗാസംഗമസ്ഥാനം. ദൗലിഗംഗ അളകനന്ദയിൽ ലയിച്ച് സായുജ്യം നേടുന്ന മനോരഞ്ജകമായ കാഴ്ച! വിഷ്ണുക്ഷേത്രത്തിന്റെ പിന്നിലെ തുറസ്സായ സ്ഥലത്തുനിന്ന് വീക്ഷിക്കുമ്പോൾ പ്രയാഗ് എന്നത് ദിവ്യസംഗമമാണെന്ന് മനസ്സിലായി. ഒന്ന് മറ്റൊന്നിൽ അന്തർലീനമാകുന്ന പ്രക്രിയ. വിഷ്ണുപ്രയാഗ് പഞ്ചപ്രയാഗിലെ ആദ്യത്തെ പ്രയാഗാണ്.

ഞങ്ങൾ ജോഷിമഠിലെത്തി. ജോഷിമഠിന്റെ യഥാർത്ഥ നാമം ജ്യോതിർമഠ് എന്നാണ്. ഉച്ചാരണത്തിൽ വന്ന മാറ്റങ്ങൾ ആകാം ജോഷിമഠിൽ എത്തിച്ചത്. ശങ്കരാചാര്യരുടെ മഠം സ്ഥിതിചെയ്യുന്നതിവിടെയാണ്. ഈ സ്ഥലം ശ്രദ്ധേയമായത് അതുകൊണ്ടുകൂടിയാണ്. അദ്ദേഹം തപസ്സനുഷ്ഠിച്ചിരുന്ന കൽപ്പവൃക്ഷഛായയിൽ നിന്ന് അറിവിന്റെ മഹാപ്രപഞ്ചമായ ആ സന്ന്യാസിവര്യനെ മനസ്സുകൊണ്ട് പ്രണമിച്ചു. ഏതാണ്ട് 1200 വർഷം പഴക്കമുള്ള കൽപ്പവൃക്ഷമാണ്. ഈ മുത്തശ്ശിമരം ഇപ്പോഴും ആരോഗ്യവതിയാണ്; അല്ലറ ചില്ലറ ബലക്ഷയമൊക്കെയുണ്ടെങ്കിലും. തുടർന്ന് അവിടത്തെ ശിവക്ഷേത്രത്തിലെത്തി പ്രാർത്ഥനയിൽ മുഴുകി.

ഇവിടത്തെ നരസിംഹക്ഷേത്രവും പ്രസിദ്ധമാണ്. ലോകനാശം തുടങ്ങുമ്പോൾ ഈ ക്ഷേത്രത്തിലെ വിഗ്രഹത്തിൽ അതിന്റെ ലക്ഷണങ്ങൾ പ്രത്യക്ഷപ്പെടുമെന്ന് ഞാൻ വായിച്ചതോർത്തു. (ഈ ലേഖനങ്ങളുടെ രചനയിലേർപ്പെട്ടുകൊണ്ടിരിക്കുമ്പോഴാണ് ജോഷിമഠിൽ ക്ഷേത്രങ്ങൾ ഉൾപ്പെടെയുള്ള അനേകം നിർമ്മിതികളിലും റോഡിലുമൊക്കെ വിള്ളൽ വീണതെന്നും റോഡുകളിലെ വിള്ളൽ താഴ്ചയുള്ള ഗർത്തങ്ങളായി മാറിയതിനാൽ ആൾക്കാരെ മാറ്റി താമസിപ്പിച്ചുവന്നുമൊക്കെയുള്ള വാർത്തകൾ കേൾക്കുന്നത്). പ്രവചനങ്ങൾ ഫലിക്കുകയാണോ എന്ന ആശങ്ക മനസ്സിനെ അസ്വസ്ഥമാക്കുന്നുണ്ട്.

അളകനന്ദാതീരത്തുള്ള ചെറിയ ഭക്ഷണശാലയിൽനിന്ന് ഉച്ച ഭക്ഷണം കഴിച്ച് ഞങ്ങൾ രുദ്രപ്രയാഗിലേക്ക് യാത്രയായി. രുദ്ര പ്രയാഗ് സാമാന്യം വലിയ നഗരമാണ്. ജനസംഖ്യയും കൂടുതലാണ്. 1918നും 1925നും മദ്ധ്യേയുള്ള ഏഴുവർഷം നൂറ്റിഇരുപത്തഞ്ചിലധികം പേരെ കൊന്ന് ഭക്ഷിച്ച നരഭോജിയായ പുള്ളിപ്പുലി ജിവിച്ചിരുന്ന സ്ഥലമാണ് രുദ്രപ്രയാഗ്. ജിംകോർബറ്റാണത്രെ അതിനെ വകവരു ത്തിയത്. അദ്ദേഹമെഴുതിയ 'ദ മാൻ ഈറ്റിംഗ് ലപ്പേർഡ് ഓഫ് രുദ്ര പ്രയാഗ്' എന്ന പുസ്തകം ഞാൻ കേരള യൂണിവേഴ്സിറ്റി ലൈബ്രറി യിൽ ഒരിക്കൽ കണ്ടിരുന്നു. ചേറ്റൂർ ശങ്കരൻനായരുടെ ഭാര്യയെയും ഈ നരഭോജിയാണ് കൊന്നുതിന്നത് എന്ന കാര്യവും ഞാൻ മറ്റൊരു പുസ്തകത്തിൽ വായിച്ചിരുന്നു. എന്തായാലും ഭാരതത്തിലെ ആ നരഭോജിയെ വകവരുത്താൻ ഒരു ഇംഗ്ലീഷുകാരൻതന്നെ വേണ്ടി വന്നു എന്നത് കാലം കരുതിവച്ച നിയോഗമായിരിക്കാം.

കേദാർനാഥിൽനിന്ന് മന്ദമന്ദം ഒഴുകിയെത്തുന്ന മന്ദാകിനിയും ബദരിയിൽനിന്നെത്തുന്ന നാരായണനദിയായ അളകനന്ദയും സംഗമിക്കുന്ന പുണ്യസ്ഥലമാണ് രുദ്രപ്രയാഗ്. സമയക്കുറവുകാരണം പടികളിറങ്ങി തൊട്ടു വണങ്ങാൻ എനിക്ക് സാധിച്ചില്ല. അൽപ്പം അകലെനിന്ന് ആ ദിവ്യമായ സന്ധിക്കൽ കണ്ട് ധന്യത പൂകി. ഇവി ടത്തെ ചാമുണ്ഡിക്ഷേത്രവും ശിവക്ഷേത്രവും പ്രസിദ്ധമാണ്. തപ സ്സിലിരുന്ന നാരദമഹർഷിക്ക് മഹേശ്വരദർശനം ലഭിച്ച സ്ഥലംകൂടി യാണ് രുദ്രപ്രയാഗ്. 'മഹതി' എന്ന വീണ നാരദന് പരമശിവൻ സമ്മാനിച്ചതും ഇവിടെ വച്ചാണ്. ഇങ്ങനെയുള്ള ഓരോ കഥകൾ ആലോചിച്ച് അങ്ങനെ നിന്നപ്പോൾ സുന്ദരിയായ സന്ധ്യയുടെ ആഗമനമായി. ശീതക്കാറ്റിന് നദീസംഗമജലത്തിന്റെ ഈർപ്പമുണ്ടാ യിരുന്നു. തുടർന്ന് ഞങ്ങൾ ശ്രീനഗറിലേക്ക് യാത്രയായി.

ശ്രീനഗറിൽ ഞങ്ങളുടെ താമസത്തിനുള്ള റിസോർട്ട് ഒരു കുന്നിന് മുകളിലായിരുന്നു. അവിടെ നിന്നാൽ ശ്രീനഗർ പട്ടണം മുഴുവൻ കാണാമായിരുന്നു. റിസോർട്ടിന്റെ നിർമിതി കണ്ടപ്പോൾ പുരാതനകാലത്ത് ബ്രിട്ടീഷുകാർ അവരുടെ വിശ്രമകേന്ദ്രമായി ഉപയോഗിച്ചിരുന്ന കെട്ടിടങ്ങളായിട്ടാണ് തോന്നിയത്. വിശാലമായ മുറിയും വിലകൂടിയ ഫർണിച്ചറുകളും റിസോർട്ടിന്റെ പരിസരമാകെ നിറഞ്ഞിരിക്കുന്ന പൂത്തുലഞ്ഞ് നിൽക്കുന്ന ഭംഗിയുള്ള ചെടികളും ആകർഷകമായിരുന്നു. ഞങ്ങൾ അൽപ്പനേരം വിശ്രമിച്ചശേഷം കുളി യെല്ലാം കഴിഞ്ഞ് റസ്റ്റോറന്റിൽനിന്ന് അത്താഴം കഴിച്ചശേഷം പുറ ത്തുള്ള പുൽത്തകിടിയിലെ സിമന്റ് ബഞ്ചിലിരുന്നു. നിലാവിന്റെ വെളിച്ചത്തിൽ നഗരമെത്ര മനോഹരിയായിരിക്കുന്നു. വെളിച്ചത്തിൽ

മിന്നാമിനുങ്ങിന്റെ നുറുങ്ങുവെട്ടംപോലെ ചുറ്റുപാടും ദീപപ്രകാശങ്ങൾകാണാം. അളകനന്ദയിൽ മന്ദാകിനിയെന്നപോലെ രമ, ഷാൾ പുതച്ച് എന്നെചേർന്നിരുന്ന് തോളിൽ തല ചായ്ച്ച് മയങ്ങുന്നു. മുപ്പത്തിരണ്ട് വർഷമായി ഞങ്ങൾ ഒരുമിച്ചുള്ള ജീവിതം തുടങ്ങിയിട്ട്. അവൾ ഗ്രാമത്തിന്റെ പരിശുദ്ധിയിൽ വളർന്ന നാണംകുണുങ്ങിയായിരുന്നു. വിവാഹാനന്തരകാലത്തെ എന്റെ വായുസേനാ ജീവിത സാഹചര്യങ്ങളോട് ഇണങ്ങേണ്ടിവന്നപ്പോൾ അവളുടെ കാഴ്ചപ്പാടുകൾക്ക് മാറ്റമുണ്ടായി. അവളെ അത് തികച്ചും മിടുക്കിയായ ഒരു കുടുംബിനിയാക്കി മാറ്റി. അപ്പോൾ വീശിയ ശീതക്കാറ്റ് കാച്ചെണ്ണ തേച്ച അവളുടെ മുടിച്ചുരുളുകൾ എന്റെ മുഖത്തിൽ തലോടിപ്പിച്ച് ഒരു കുസൃതിച്ചിരിയോടെ കടന്നുപോയി. എത്രനേരം അങ്ങനെയിരുന്നുവെന്നറിയില്ല.

"സാബ്, സമയമേറെയായി."

ഹോട്ടൽ ബോയിയാണ് എന്നെ ചിന്തയിൽനിന്നുണർത്തിയത്. രമയെ ഉണർത്തി, ഞങ്ങൾ മുറിയിലേക്ക് നടന്നു. തണുപ്പ് പൊതിഞ്ഞ തീർത്ഥയാത്രയിലെ അവസാനഘട്ട രാത്രിയായിരുന്നു അത്.

പ്രഭാതഭക്ഷണം കഴിച്ച് ഒൻപതുമണിക്ക് ഞങ്ങൾ ശ്രീനഗറിനോട് വിടപറഞ്ഞു. ഇന്ന് ഞങ്ങളുടെ യാത്ര അവസാനിക്കുംമുമ്പ് ദേവ്പ്രയാഗ് കൂടി മാത്രമാണ് ദർശനത്തിന് ബാക്കിയുള്ളത്. ആഗ്രഹിച്ചപോലെ പത്ത് മണിയോടെ ദേവ്പ്രയാഗിലെത്തി. ഇവിടെയാണ് ഭാഗീരഥിയും അളകനന്ദയും ഒരുമിക്കുന്നത്. പഞ്ച്പ്രയാഗിലെ അവസാനത്തെ പ്രയാഗാണ് ദേവ്പ്രയാഗ്. ഭാഗീരഥിക്ക് കുറുകെയായി കാൽനടക്കാർക്കുമാത്രം സഞ്ചരിക്കാവുന്ന പാലത്തിലൂടെ നടന്ന് ഞങ്ങൾ സംഗമസ്ഥലത്തെത്തി. വലതുവശത്തുകൂടി ഭാഗീരഥി ചന്ദനവർണത്തിൽ ഒഴുകിയെത്തുന്നു. ഇടതുദിക്കിൽനിന്ന് മരതകപ്പച്ചനിറത്തിൽ അളകനന്ദ നിറഞ്ഞ മനസ്സുപോലെ ഒഴുകിയെത്തി ഭാഗീരഥിയെ പുണരുന്നു. ഇവിടെയാണ് ഗംഗയുടെ ജനനം, അഥവാ ഇനിയങ്ങോട്ട് ഗംഗ എന്ന നാമത്തിലാണ് മുമ്പോട്ടുള്ള പ്രയാണം.

ധാരാളം ഭക്തർ സ്നാനം ചെയ്യുന്നത് കണ്ടപ്പോൾ മനസ്സിലൊരാഗ്രഹം ഉദിച്ചു. ഒന്ന് മുങ്ങിക്കുളിച്ചാലോ! ജീവിതത്തിൽ ഇനിയൊരവസരം കിട്ടിയെന്നുവരില്ല. പെട്ടെന്ന് വസ്ത്രം മാറി, കരുതിയിരുന്ന തോർത്തുടുത്ത് സ്റ്റീൽ ചങ്ങലയിൽ പിടിച്ച് സുരക്ഷിതത്വം ഉറപ്പു വരുത്തി, മൂന്ന് വട്ടം മുങ്ങി. നല്ല തണുപ്പുതോന്നിയെങ്കിലും ആഗ്രഹസാഫല്യം നടത്തിയല്ലോ എന്ന ധന്യതയോടെ പടികൾ

കയറി വസ്ത്രം മാറ്റി, തൊട്ടടുത്ത ക്ഷേത്രത്തിൽ ദർശനവും നടത്തി കാണിക്കയിട്ട് തിരികെ നടന്നു. അങ്ങനെ ഞങ്ങളുടെ ചാർധാം യാത്ര തികച്ചും പൂർണതയിലെത്തി. ഞങ്ങൾ ഡെറാഡൂണിലേക്ക് യാത്രയായി.

പതിനൊന്നുദിവസം നീണ്ടുനിന്ന ഞങ്ങളുടെ തീർത്ഥാടനം ഇവിടെ സമാപിക്കുകയാണ്. അതിപുരാതനമായ ഭാരതസംസ്കാരവും അത്യുന്നതവും അനുപമവുമായ ഹിമാദ്രിയും അവിടെ നിന്നൊഴുകുന്ന ദിവ്യനിമ്നഗകളും, ഈശ്വരസാന്നിദ്ധ്യം കുടികൊള്ളുന്ന മഹാക്ഷേത്രങ്ങളും വൈവിധ്യാചാര ഭാഷകളിൽ ജീവിക്കുന്ന ജനങ്ങളുമടങ്ങുന്ന ഭാരതമെന്ന പുണ്യഭൂമിയുടെ ദർശനം വിശുദ്ധമാണ്. ഇതിഹാസകഥകളും ചരിത്രസത്യങ്ങളും തപോധനന്മാരുടെ ജീവിത ദർശനാഖ്യാനങ്ങളും കേട്ടറിഞ്ഞും അപഗ്രഥിക്കാനാകാത്ത നേരനുഭവങ്ങളുംകൊണ്ട് ഞങ്ങളുടെ മനസ്സ് ഈശ്വരനിൽ പൂർവ്വാധികം സമർപ്പിതമായിരിക്കുന്നു. ജീവിതം ഒരു പ്രഹേളികയാണെന്ന ബോധവും എല്ലാം നമ്മുടെ നിയന്ത്രണത്തിനും ചിന്തയ്ക്കുമതീതമാണെന്നുള്ള വിശ്വാസവും കൂടുതൽ ദൃഢപ്പെട്ടിരിക്കുന്നു.

എന്തൊക്കെയാണ് ദർശിച്ചത്! ഒന്നുമായിട്ടില്ല. പാരാവാരത്തിലെ ഒരു ജലബിന്ദുവിന്റെ അളവിൽ മാത്രമേ കണ്ടുള്ളൂ; അനുഭവിച്ചുള്ളൂ. ഇനിയുമെന്ത്? അറിയില്ല? എല്ലാം ആ മഹാശക്തിയുടെ അഭിലാഷം പോലെ നിയോഗംപോലെ നമ്മൾ വിധേയർ! ■

ചാർധാം യാത്രാചിത്രങ്ങളിലൂടെ

സന്ധ്യയുടെ പ്രഭയിൽ യമുനോത്രി ക്ഷേത്രം

ചൂടുവെള്ളം വമിക്കുന്ന നീരുറവയിൽ
അരിവേവിക്കാൻ കിഴി കെട്ടിയിരിക്കുന്നു. ഇവിടെ വേവുന്ന
ചോറ് യമുനോത്രിയിലെ പ്രധാന പ്രസാദമാണ്.

യമുനോത്രിയിൽ ഭക്തരെ തോളിലേറ്റി മലകേറുന്ന 'പിത്തു'

ജാനകിചരട്ടിയിലെ തിരക്ക്

ബാർക്കോട്ടിലെ ടെന്റുകൾ

ഉത്തരകാശിയിലെ ശിവക്ഷേത്രസമുച്ചയം

ഉത്തരകാശിയിലെ പരശുരാമക്ഷേത്രം

ഭാഗീരഥിനദി ഉത്തരകാശിയിൽ

ഉത്തരകാശിയിൽ കണ്ട ഒരു സന്ന്യാസി

ഗംഗോത്രി ക്ഷേത്രം

ഗംഗോത്രിയിലെ ഭാഗീരഥി നദി

ഗുപ്തകാശി ക്ഷേത്രത്തിലെ മണികർണിക കണ്ഡ്

കേദാർനാഥിലെ ഹെലിപ്പാഡിൽനിന്ന് ഹെലികോപ്റ്റർ പറന്നുയരുന്നു

കേദാർനാഥ് ക്ഷേത്രത്തിനു മുന്നിൽ ഗ്രന്ഥകർത്താവും പത്നിയും

കേദാർനാഥ് ക്ഷേത്രത്തിനു പുറകുവശം - ഭീംശിലയും കാണാം

കേദാർനാഥ് ക്ഷേത്രത്തിനു പിന്നിലെ ശങ്കരാചാര്യപ്രതിമ

ത്രിയുഗിനാരായണ ക്ഷേത്രം - ശിവപാർവ്വതീവിവാഹം നടന്ന ക്ഷേത്രം

മാനാ വില്ലേജിലേക്കുള്ള കവാടം

ഗണേശഗുഹയിലെ ഗണേശപ്രതിഷ്ഠ

വ്യാസഗുഹയുടെ മുൻവശം

വ്യാസഗുഹയുടെ മുകൾഭാഗം

സരസ്വതീനദിയുടെ ഉത്ഭവസ്ഥാനത്തുള്ള ക്ഷേത്രം

ഭാരതത്തിന്റെ ഈ ദിശയിലെ അവസാനത്തെ ടീ സ്റ്റാൾ എന്നു
കാണിക്കുന്ന വിവിധ ഭാഷകളിലെഴുതിയ ബോർഡ്

സരസ്വതീനദി ഗർത്തത്തിൽ പതിക്കുന്നു.

സന്ധ്യനേരത്ത് ബദരീനാഥ് ക്ഷേത്രത്തിനുമുന്നിൽ
ഗ്രന്ഥകർത്താവും സഹധർമ്മിണിയും

ബദരി ക്ഷേത്രത്തിനു മുന്നിലെ അളകനന്ദ

ഹനുമാൻ ക്ഷേത്രം - ഇവിടെവച്ചാണ് ഭീമൻ ഹനുമാനെ കണ്ടുമുട്ടിയത്.

1200 വർഷം പഴക്കമുള്ള വൃക്ഷം - ഈ വൃക്ഷച്ചുവട്ടിലാണ് ശങ്കരാചാര്യർ തപസ്സിരുന്നത്.

രുദ്രപ്രയാഗ് - അളകനന്ദയും മന്ദാകിനിയും സംഗമിക്കുന്ന സ്ഥലം

ദേവപ്രയാഗ് - അളകനന്ദയും ഭാഗീരഥിയും സംഗമിക്കുന്നു.
ഇവിടെനിന്ന് ഗംഗയായി മുന്നോട്ടൊഴുകുന്നു.

സായികൃഷ്ണ പബ്ലിക് സ്കൂൾ മാനേജിംഗ് ട്രസ്റ്റി രാജശേഖരൻനായർ റാവൽജിയെ പൂർണകുംഭം കൊടുത്ത് സ്കൂൾ സന്ദർശനവേളയിൽ സ്വീകരിക്കുന്നു. ഒപ്പം സ്കൂൾ ഡയറക്ടർ രാധാകൃഷ്ണനും ഗ്രന്ഥകർത്താവും.

ബദരിയിലെ റാവൽജി സായികൃഷ്ണ സ്കൂൾ അധ്യാപകരോടൊപ്പം